கலாதீபம் லொட்ஜ்

''உன்னிடம் அடையாள அட்டை இருக்கிறதா?''

வாசு முருகவேல்

ஈழத்தின் யாழ்/நயினாதீவில்
1984ல் பிறந்தவர்.
தற்போது தமிழகத்தில்
வாழ்ந்து வருகிறார்.
இவரின் முதல் நாவல் 'ஜெப்னா பேக்கரி'
யாவரும் பப்ளிஷர்ஸ் வெளியீடாக
10/12/2017ல் வெளியிடப்பட்டு,
பெரிய அளவில் விமர்சனத்தைப் பெற்றது.

கலாதீபம் லொட்ஜ்

வாசு முருகவேல்

கிழக்கு

கலாதீபம் லொட்ஜ்
Kalaadeepam Lodge
Vasu Murugavel ©

First Edition: December 2018
160 Pages
Printed in India.

ISBN: 978-81-8493-947-7
Kizhakku 1128

Kizhakku Pathippagam
177/103, First Floor, Ambal's Building, Lloyds Road,
Royapettah, Chennai - 600 014. Ph: +91-44-4200-9603
Email : support@nhm.in | Website : www.nhm.in

kizhakkupathippagam | kizhakku_nhm

Author's Email: che.vasu@gmail.com

Cover Image: Shutterstock ©

Kizhakku Pathippagam is an imprint of New Horizon Media Private Limited

இலங்கை அரசு எந்திரத்தின் வன்முறையால் சிதிலமாக்கப்பட்ட
தோழர் மன்னம்பெரிக்கும், சகோதரி இசைப்பிரியாவுக்கும்.

மனிதன் எதற்கும் தன்னைப் பழக்கப்படுத்திக்
கொள்ளும் இயல்புடையவன்.

- தாஸ்தோவெஸ்கி

எனது எழுத்தை நானே எழுதுவேன்

அலைகளால் சூழப்பட்ட தீவொன்றில் தமிழனாகப் பிறந்ததற் காகவே அலைக்கழிக்கப்படும் இந்தப் பூமியின் ஏதோ ஒரு பகுதியில் புலம்பெயர்ந்து வாழும் பலலட்சம் அகதிகளில் நானும் ஒருவன். எம் நிலத்து வாழ்வை எழுதுவதே ஒரு துயர வலியை அணைப்பதற்குச் சமமானது. ஈழத்தமிழர்களின் தேசிய விடுதலைப் போராட்டம் பல்வேறு நிலைகளில் கவனத்துக்கு உள்ளாகியிருக்கும் இந்தக் காலகட்டத்தில் தமிழகத்தில் வாழ்ந்தபடி ஈழ எழுத்தாளராக இருப்ப தென்பது சொல்லக்கூட முடியாத அதிபயங்கர வாதை.

எனது முதல் நாவலான 'ஜெப்னா பேக்கரி' தன்னுள்ளே கொண்டிருந்த களமானது, இன்றைய காலம் வரையும் கொதி நிலையோடு இருக்கும் யாழ் முஸ்லீம் வெளியேற்றத்தைக் குறித்தது என்பதை அறியாதவர் மிகமிகக் குறைவே.

தமிழீழ விடுதலைப் புலிகளால் வடக்கில் இருந்து முஸ்லிம்கள் வெளியேற்றப்பட்டதன் பிறகு ஈழப்போராட்டம் மீது முன்வைக்கப் பட்ட விமர்சனங்கள் பாரதூரமானவை. குறித்த நிகழ்வானது புலிகளுக்கு எதிரானவர்களுக்கு ஈழ விடுதலைப்போராட்டதின் நியாயங்களையும் மறுப்பதற்கு வாய்ப்பாகவும் தோன்றியிருக்கிறது. ஆனால் ஈழத்தமிழரின் விடுதலையானது இன்றைக்கு உலகத்தின் பொதுநீதிக்கானதாய் வடிவம்கொண்டு நிற்கிறது. புலிகள் யாழைவிட்டு முஸ்லிம்களை வெளியேற்றியது தவறெனச் சொல்லிக்கொண்டிருக்கும் மனித உரிமை ஆர்வலர்கள் அல்லது இந்தப் பெயரிலேயே இயங்கிக்கொண்டிருக்கும் சில புலியெதிர்ப்பு வாதிகள், அரச ஒத்தோடிகள் முஸ்லிம்களால் கிழக்கில் காவு வாங்கப்பட்ட தமிழர்களின் உயிர் குறித்து இன்றுவரை வாய் திறக்கவே இல்லை. இந்தவகையில் 'ஜெப்னா பேக்கரி' நாவலை வாசித்ததன் பின்னர் எழுந்த விமர்சனங்களும், கண்டனங்களும்,

என்னை நோக்கி வந்த மறைமுக எச்சரிக்கைகளும், என்னை இந்த நாவலுக்கு நகர்த்தி இருக்கிறது. என் ஒரு சொல்லுக்கும் அச்சம் கிடையாது. அத்தோடு தமிழ்வாசகப்பரப்பு 'ஜெப்னா பேக்கரி'க்கு அளித்த வரவேற்பும் ஊக்கமும் நான் எதிர்பார்க்காத ஒன்று.

இந்த நாவல் இலங்கையின் தலைநகரை மையமாகக் கொண்டது. 90க்குப் பிறகான காலங்களில் யாழ்ப்பாணத்திலிருந்து உயிர் தப்பும் நோக்கில் வெளிநாட்டிற்குச் செல்வதற்காக கொழும்புக்குப் போகும் ஆயிரம் பேர்களில் சிலர் இந்தக் கதையின் மாந்தர்களாக இருக்கிறார்கள். அதற்கும் வாய்ப்பற்றுக் கூலித்தொழிலாளர்களாக அல்லற்படும் தமிழ், சிங்கள கதாபாத்திரங்கள் இந்த நாவலில் பிரதான பாத்திரங்களாக வகிபாகம் செய்கின்றனர்.

ஈழ இலக்கியத்தில் இதுவரை காலமும் பேசப்படாத ஒரு புதிய களமாக இந்த நாவல் இருக்கிறது. வடக்கு - கிழக்கில் இருந்து கொழும்பிற்குச் சென்று திரும்பி வருவதே பலபேருக்கு அச்சமாக இருந்த காலகட்டத்தை இந்த நாவல் தனது களத்தில் தானறிந்த வற்றை அல்லது தான் பார்த்தவற்றை அதனதன் தன்மை கெடாமல் வாசகனிடம் சென்று சேர்க்குமென நம்புகிறேன்.

எழுத்தின் மீது எவ்வளவு பிடிப்பிருக்கிறதோ அதனைவிடவும் பன்மடங்கு பயமும் இருக்கச்செய்கிறது. எழுதிய பிரதிக்கு சமூகம் ஆற்றுகிற எதிர்வினைகளும் விவாதங்களும் பாராட்டுகளும் விருதுகளும் எழுதும் என்னைப் பக்குவம் செய்கின்றன. தாய்நாடு பிரிந்து அந்நிய நிலமொன்றில் வாழும் சபிக்கப்பட்ட இந்தத் தரித்திர வாழ்வில் நான் அடையும் வலியைச் சிற்சில கணங்களில் மறந்துவிடச் செய்கிறது இந்த எழுத்தூழியம்.

ஆகவே இன்னும் எழுதுவேன். துயரம் போர்த்திய வாழ்வை, விலங்கிடப்பட்ட கைகளை, கைவிடப்பட்ட நிலங்களை, ஊனமாக்கப்பட்ட குழந்தைகளை, யுத்தம் தின்ற கனவுகளை, குண்டுகளால் அலைக்கழிக்கப்பட்ட கால்களை, இடம்பெயர்ந்த வீதிகளை, பதுங்கி இருந்த பங்கர்களை, எழுதவே முடியாது என்று சொன்ன எத்தனையோ அவலங்களை இன்னும் நான் எழுதுவேன்.

என்றோ ஒரு நாளில் என் நிலத்தின் விடுதலையை, அசையும் சுதந்திரக் கொடியின் வெளிச்சத்தில் இருந்தபடி எழுதுவேன். அதுவரை காலம் என்னை எழுத்தின் வழியாகக் காவல் செய்கிறது.

வாசு முருகவேல்

கனகராசா சங்கரின் தன்குறிப்பு

ஈழச் சிறைமதில்
இடியப் பிரிப்போம்
நீளச் சிறகுகள்
நிமிர விரிப்போம்
எங்கள் பறவைகள்
கூண்டில் அடைபடா
என்றும் பிறன் இடும்
இரையை
அவை தொடா!

-காசி ஆனந்தன்

என் பெயர் கனகராசா சங்கர். 1975 மே இரண்டாம் திகதி பிறந்தேன். ஊர் புங்குடுதீவு. எனது தந்தை வேலி அடைப்பதைத் தொழிலாகச் செய்து வந்தார். அதற்கு வாய்ப்பில்லாத நாட்களில் அன்றைக்குக் கூலி கிடைக்கும் எந்த வேலைக்கும் தயங்காமல் செல்வார். எனது ஆறாவது வயதில் அவர் பாம்பு கடித்து இறந்து போனார். எனக்கு அப்போது ஒரு தங்கை பிறந்து ஆறு மாதங்கள் ஆகி இருந்தன. தாயார் கிடுகு பின்னுவது, மா / மிளகாய்த் தூள் இடிக்கப் போவது என்று கிடைக்கும் வேலைகளைச் செய்தே எங்களை வளர்த்து வந்தார். அம்மாவின் அண்ணன் குடும்பத்தினர் அவ்வப்போது ஏதாவது பொருளாதார உதவி செய்வார்கள். கணேச வித்தியாலையாவில் பதினோராவது வரை படித்தேன். பதினோராவது வகுப்பில் இரண்டு முறை முயன்று தேர்வு பெற முடியாமையால் ஊரில் தோட்ட வேலைகளுக்கு உதவியாகச் செல்வதோடு ஆர்வமாக கிரிக்கெட் விளையாடி வந்தேன். திருவெம்பா காலங்களில் எனக்குக்

கோவிலில் வேலை கிடைத்தது. அதுபோலத் திருவிழா நாட்களில் பன்னிரண்டு நாளும் வேலை கிடைக்கும்.

எனது ஊரைச் சேர்ந்த பலர் கொழும்பில் வேலை செய்து வந்ததால் நானும் செல்லலாம் என்று அவர்களில் சிலர் ஊர் வந்தபோது சொன்னார்கள். ஊரில் திருவிழா போன்ற நாட்களில் அவர்களை அதிகம் காணலாம். அவர்களுக்கு ஊரில் ஒரு மரியாதை இருந்தது. முகச்சவரம் செய்து மிக நேர்த்தியாக உடையணிந்து மட்டுமே ஊருக்குள் தென்படுவார்கள். என்னை கொழும்புக்கு அழைத்துப் போய், இனிப்பு மொத்தமாக விற்கும் கடையில்முதலில் விட்டார்கள். வேலை கடினம் என்று கூற முடியாது. என்றாலும், விடிந்தது முதல் இரவு பத்து பதினொரு மணி வரை என்னால் முடியாத அளவுக்கு ஏதாவது வேலை சொல்லிக்கொண்டே இருப்பார்கள். சில நேரங்களில் இனிப்புகளைப் பொதி செய்யச் சொல்வார்கள். அவ்வாறான நேரங்களில் கண்களில் நித்திரை முட்டித் தரையில் மோதுண்டு அப்படியே நித்திரையாகியும் விட்டதுண்டு. இரவில் பழைய பில்கட்டுகளைத்தந்து எரிக்கச் சொல்லி விடுவார்கள். இது மாதம்தோறும் ஒரு கட்டாய வேலை. இரவு கண்தூங்காமல் கண்கள் எரிய எரிய கழிவறை அருகில் இருந்து எரித்து, பின் அதை எடுத்து மலக் குழிக்குள் போட்டுத் தண்ணீர் ஊற்றுவேன்.

இவ்வாறு மூன்று வருடங்கள் ஓடின. பிறகுஎன்னை ஒரு கருவாட்டுக் கடைக்கு மாற்றினார்கள். இரண்டு சிறுவர்களும் என் வேலைக்கு வந்திருந்தார்கள். நாள் முழுவதும் கருவாட்டு மூடைகளை இறக்குவது, தரம் பிரிப்பது என்றே கிடப்பதால் இவ்வுலகின் வேறு வாசனைகள் எங்களுக்குத் தெரிவதில்லை. எங்கள் உடல் முழுவதும் கருவாட்டின் மணம் வருவதால் நாங்கள் பேருந்திலோ ஆட்டோவிலோ ஏற முடியாது. தினமும் இரவு நடந்துதான் போவோம். ஆரம்பத்தில் தங்குவற்குப் பழைய கடைக்கு வந்தேன். பின்னர் என்னையும் பிற பணியாளர்களோடு முதலாளிக்குச் சொந்தமான லொஜில் தங்கும்படிச் சொன்னார்கள். இனிப்புக்கடை, கருவாட்டுக்கடை, லொஜ் எனத் திறமையாக இத்தனை தொழில் களைச் செய்து வந்த அந்த யாழ்ப்பாணத் தமிழரை அறியாதவர்கள் யாருமில்லை.

எண்ணெய், சவர்க்காரம் போன்றவை எங்களுக்குத் தனியாகக் கடையில் தந்துவிடுவார்கள். வேலைமுடித்து லொஜ் போனதும் உடனேயே நாங்கள் குளிக்கச் சென்றுவிட வேண்டும். யாராலும் அந்தக் கருவாட்டு மணத்தைச் சகிக்க முடியாது. மாதம்தோறும்

தவறாமல் என் சம்பளப் பணத்தை ஊரிலிருக்கும் குடும்பத்துக்கு ஏதாவது ஒரு வழியில் அனுப்பி விடுவார்கள்.

ஒரு ஞாயிறு அன்றைக்கு அன்னபூரணா சைவ உணவகத்தில் என் சுவாசம் புதிதாக ஒரு வாசனையை எனக்கு தேடித்தந்தது. மிகவும் அமைதியான கண். எளிமையான முகம். வெள்ளைப் பஞ்சாவியில் புது நிறத்தில் அவள் இருந்தாள். அதற்கு அடுத்த ஞாயிறும் நான் அதே அன்னபூரணா உணவகத்தில் அவளைக் கண்டேன். எந்த இடம் என அவளிடம் விசாரிக்கலாம் என்று தோன்றிய அந்த ஞாயிறுதான் ஒரு பெண்ணிடம் பேசுகின்ற துணிச்சலை எனக்குத் தந்தது. கேட்டேன். அவள் சொன்னாள். பிறகு நானும் சொன்னேன்.

இப்போது நான் 'மூன்றாவது மாடி அறை'யில், கண்களில் இருந்து ஒழுகும் ரத்தத்தை நகம் பிடுங்கப்பட்ட விரல்களால் துடைத்துக் கொண்டிருக்கிறேன்.

1

இரவு தொடங்கின மழை விடியப்புறமும் ஓயாம பெய்துகொண்டு இருந்தது. றோட்டில் வெங்காய லொறிகள்தான் அன்றைக்கும் அதிகமாக நின்றது. பொதுவாகவே கொழும்பு பதினொன்று மழைக் காலத்தில் நாற்றமெடுக்கும். காரணம் அங்கு வெங்காயம், உருளைக்கிழங்கு, உள்ளி போன்றவை மூட்டையாக வந்து விற்பனை யாகும். ஒரு றோட்டில் ஐம்பது கடை இருந்தால் நாப்பத்தைஞ்சு கடை இதே மாதிரியான பொருள்களின் கடையாகவே இருக்கும். வெங்காய உருளைக் கழிவுகளைக் கூட அங்கேயே கொட்டி விடுவார்கள். லொறிகளின் புகைகளும் தொழிலாளர்களின் பீடிப் புகைகளும் இயல்பாகவே கலந்து காற்றை நிறைக்கும்.

அதே றோட்டில்தான் கலாதீபம் லொஜ் இருந்தது. கலாதீபம் லொஜின் தொடர்ச்சியாக இடதுபக்கம் ஏழு மொத்த வியாபாரக் கடைகள் இருந்தன. வலதுபக்கம் டொப்சன் சாப்பாட்டுக் கடையும் அதன் தொடர்ச்சியாக ஐந்து மொத்த வியாபாரக் கடைகளும் இருந்தன. கலாதீபத்துக்கு நேரே றோட்டுக்கு முன் எம்.டி. குணசேனா புத்தகக் கடையின் பின்பகுதி இருக்கிறது. ஞாயிறு ஒருநாள் தவிர மற்ற நாட்களில் காலம்பிறையும் பின்னேரமும் பின்பக்கமாக வந்து பூட்டிச் செல்வார்கள். வரலாற்றில் என்றும் எம்.டி. குணசேனா புத்தகக் கடைப் பணியாளர்கள் முன்வாசல் வழியாகச் சென்றதே கிடையாது. அதற்கு அருகில் வலதுபக்கம் கிறீன் கவுஸ் லொஜ். அந்த லொஜை அறியாதவர்களுக்கும், 'பொறுப்பு' குந்திக்கொண்டிருக்கும் லொஜ் என்றால் உடனேயே விளங்கிவிடும்.

அந்த றோட்டில் இருந்த இந்த இரண்டு லொஜ்களிலும் தமிழர்கள்தான் இருந்தார்கள். கலாதீபம் லொஜில் பதினொரு அறைகள். இரண்டு குளியலறைகளும் மூன்று கழிவறைகளும் பொதுவானவை. மூன்று கழிவறைகளில் ஒன்று எப்படியாவது அடிக்கடி அடைத்து நாற்றமடித்தபடிக்கிடக்கும். குளியலறைகள் சுத்தமாக இருப்பது போன்ற பிரமை எப்போதும் இருக்கும். அதற்கான காரணம் குளோறின் போட்ட தண்ணீர் வருவதுதான். அந்த வாசனை சிலருக்கு நாற்றமாகவும் தெரியும்.

கலாதீபம் லொஜின் முன்பகுதியில் ஒரு சிறிய வரவேற்பறையும், அதற்கு வலதுபக்கம் அறைகளுக்குப் போகும் வழியும், வழியிலேயே ரெலிபோனுக்கான பெட்டியும் இருக்கும். வரவேற்பறைக்குமுன் இருக்கும் சற்றுப் பெரிய அறையில் ஒரு இருபது பேர் தங்கலாம். அது ஆண்களுக்கான விசேசப் பகுதியாகும். தனியாக கொழும்புக்கு ஏதேனும் வேலையாக வருவோரும் தங்குவார்கள். லொஜுக்கு மட்டுமல்ல இந்தப் பெரிய கதவற்ற அறைக்கும் பஞ்சவர்ணம்தான் மானேஜர்.

2

பெரும்பாலும் தீவு ஆக்கள் நிறைய கொழும்புப் பக்கம் வந்துபோன சூழல். மற்ற இடங்களில் இருந்து வந்த சனம் தீவு ஆக்களோட ஒப்பிடேக்க கொஞ்சம் குறைவுதான். வெளிநாடு போறவே, வெளி நாட்டு மாப்பிள்ளை, கல்யாண எழுத்துகள், கொழும்பு கடையளில வேலைக்கு வருகிறவர்கள், வேலைக்கு வந்தவர்களைப் பார்க்க வருகிறவர்கள். சுத்துமாத்து தொழில் செய்கிற ஆட்கள், இப்படிப் பல வகையான ஆட்கள் கொழும்பு லொஜுகளில் வந்து தங்குவார்கள்.

லொஜில் பெரிய குடும்பங்கள் எண்டால் பத்தாம் நம்பர் அறையை எடுப்பார்கள். நெருக்கிப் படுத்தால் ஆறேழு பேர் அந்த அறையில் தங்கலாம். மற்றைய எல்லா அறைகளும் மூன்று நாலு பேருக்கு மேல சமாளிக்க முடியாது. சில அறைகளில் ரெண்டு குடும்பங்கள் சேர்ந்து இருப்பார்கள். சில அறைகளில் ரெண்டு வேற வேற ஊர்க்காரர்கள் ஒன்றாகவும் தங்கி இருப்பார்கள். கனகாலம் இருக்க வேண்டி வருகிற ஆட்கள் கொஞ்ச நாளில தங்களுக்கு ஒத்து வருகிற ஆக்களோடு சேர்ந்து ஒரே அறை ஒரே செலவாகவே இருந்துவிடுவார்கள். இப்படி ஒன்றாகவே கலந்துபோன ஆட்களும் குடும்பங்களும்கூட உண்டு.

பெரும்பாலும் எல்லாரும் மண்ணெண்ணெய் குக்கர் சமையல்தான். அவ்வப்போது டொப்சன். இந்தச் சாப்பாட்டுக்கடை பக்கத்திலையே இருப்பதால் எப்படியும் சாப்பாட்டைச் சமாளித்து விடுவார்கள். கக்கூசு போவதில் பிரச்சினை பெரிதாக வராது. குளிப்பதில் சிலசிலப் பிரச்சினைகள் வரும். வழக்கமா இவர்கள் இந்த நேரம் வருவார்கள்

குளிக்க என்பது ஒரு கணக்கு. சிலபேர் அவசரமாக காலேலையே வருவார்கள். அதாவது ஐந்து ஐந்தரை மணிக்கே கூட. ஒரு சிலர் ஒரு கிழமையில லக்ஸ் சவுக்காரத்தைக் கரைக்கிற ஆக்களா இருப்பார்கள். எப்படி என்றாலும் ரெண்டு மூணு நாட்களிலேயே இந்த வரிசை விளங்கிவிடும். புதுசாக வருகிறவர்கள்தான் ரெண்டு நாள் தடக்குப் பட்டுக்கொண்டு போவார்கள். மூணாவது நாள் இயல்பான வரிசைக்குப் பழகி விடுவார்கள்.

கொழும்பு வரும் தமிழர்கள் எல்லாரும் பொலிஸில் பதியவேண்டும். தங்களின் ஐடன்டி கார்ட்டுகளை எடுத்துக்கொண்டு பஞ்ச வர்ணத்துடன் போகவேண்டும். பொலிசாருடன் பஞ்ச வர்ணம் கதைக்கும்போது தலை கழுத்துக்கு உள்ள போய்ப்போய் வெளியே திரும்பி வரும். சில நேரம் பஞ்சவர்ணம் பரிதாபச் சிரிப்போடு போறகிற ஆட்ளையும் பார்த்துச்சிரிப்பார். போகிறவர்களும் அவருடன் சேர்ந்து கஷ்டப்பட்டாவது சிரிக்கவேண்டும். இல்லை என்றால் பஞ்சவர்ணத்தின் முகம் கடுமையாக மாறிவிடும். ஆனால் உடனையே பழையபடி சிரிப்பைக் கொண்டுவருவார். அது ஒரு நொடியில் நிகழும் அதிசயம். என்ன காரணத்துக்காக கொழும்புக்கு வந்திருக்கிறார்கள் என்ற மிக முக்கியமான கேள்வியை பொலிசார் கேட்கும்போது, தனக்கும் அவருக்கும் அது பற்றித் தெரியாது என்பதுபோல பஞ்சவர்ணமும் ஆட்களின் முகங்களை ஆயிரம் கேள்விகளோடு பாப்பார். லொஜில் பதியும்போதே ஜாதகக் குறிப்பைத் தவிர எல்லாவற்றையும் கேட்டவருக்குத் தெரியாதா என்றெல்லாம் யோசிக்காமல் பொலிசாருடன் சேர்த்து பஞ்ச வர்ணத்துக்கும் சொல்லவேண்டும். அதை 'ஓ அப்படியா' என்பது போல ஆர்வமான முகபாவத்துடன் கேட்டு பஞ்சவர்ணம் சிங்களத்தில மொழி பெயர்ப்பார்.

3

கனகாலம் தங்க வேண்டி வரும் என்பது மாதிரியான சூழலில் வரும் ஆட்கள் வந்த சில நாட்களிலேயே மண்ணெண்ணெய் ஸ்ரவ் /சின்ன சட்டிப் பானைகள்/ கோப்பை/துருவலை/சுளகு எல்லாம் வாங்கி விடுவார்கள். சிலபேருக்கு வந்த பிறகுதான் கனகாலம் கொழும்பில நிற்க வேண்டி வரும் என்பதே விளங்கும். உதாரணத்துக்கு வெளிநாட்டுக்கு பொன்சரில் போகிறவர்கள் பாஸ்போட்/ இண்டர்வியு / மெடிக்கல் என்று ஒரு மூன்று மாதங்கள் ஓடும். பிறகு வெளிநாட்டில் இருந்து அதற்கான பதில் வந்து அதற்கு மறுபடியும் மெடிக்கல் அது இது என்று ஒரு மூன்று மாசம். இப்படி மூன்று மாசம் மூன்று மாசம் என்று மூன்று வருடமாகவே இருப்பவர்களும் இருப்பார்கள். இன்னொரு வகையான ஆட்கள் கள்ளமாக ஏஜென்சி மூலம் போக வருவார்கள். அவர்களுடைய கதை இதையும் விட மோசமாக இருக்கும். காசை ஏஜென்சியிடம் கொடுத்து விட்டோம். பாதிக்காசு கூடத் திருப்பி வாங்காமல் ஊருக்கும் போக முடியாது. எப்படியும் வெளிநாட்டில் போய் இறங்குவம் என்ற கனவில் அப்படியே பழகிப்போய்க் காலத்தை மறந்து கொழும்போடு இருக்கிற ஆட்களும் இருக்கிறார்கள். திடீரென்று அதிகாலையில் அவர்கள் முதல்நாள் இரவே லண்டனுக்கு விமானம் ஏறிவிட்டார்கள் என்ற கதை பரவும். இது அதிசயமானதில்லை. அவர்கள் வாழ்க்கையில் இயல்பான ஒன்று. அவர்களுக்கு வாழ்க்கை என்பதே அதிசயமான பயணம்தான்.

முன் பெரிய அறையில்தான் காட்ஸ் அடி, குடித்த வீரம் காட்டுகிற விளையாட்டு எல்லாம் நடக்கும். அங்குஅறையில் உள்ள

குடும்பங்களில ஒரு மனுஷன் குடித்துவிட்டு வந்தால் அந்த அறைக்குத்தான் துரத்துப்படுவார். சில இளம் பெடியளும் பொழுதுபோக்காக கார்ட்ஸ் விளையாடிவிட்டு அங்கேயே படுத்து விடுவதும் உண்டு.

இரவில் பஞ்சவர்ணம் முன் இரும்புக் கதவை ஒரு சாண் திறந்து இருப்பது போலச் சற்று இடைவெளி விட்டுச் சாத்திவிட்டு ஒரு குளியல் போடுவார். பின் திருநீறு பூசிக்கொண்டு சாப்பிடுவார். யாராவது ஒரு ஆள் அவருக்கு ஒரு அரைப்பேணி அதிவிசேசம் விசேசமா வைத்திருப்பார்கள். அதற்கென்றே தனியாக அவர் ஒரு பேணி வைத்திருப்பார். அதில் மட்டுமேதான் கொஞ்சம் பச்சத் தண்ணீர் விட்டுத் தண்ணீர் குடிப்பது மாதிரியே குடிப்பார். அந்த ஒரு சாண் கதவு இடைவெளியில் இரும்புப் பூட்டு சங்கிலியோடு தொங்கும். அது இரவில் வருகிற பொலிஸ்காரர்களை அவமதிக் காமல் இருக்க ஒரு நடைமுறை. அதுதான் அந்த ஒரு சாண் இடைவெளி. பஞ்சவர்ணம் நித்திரை கொண்ட பிறகும் ஒரு ஜீவன் ரிசப்சனில் இருந்தபடித் தூங்கும். அது கண்ணன். அதற்கு முக்கியமான காரணம் வெளிநாட்டு ரெலிபோன் அழைப்புகள். அந்தந்த அறைக்குப் போய் கதவைத் தட்டிச் சொல்ல வேண்டும் என்பதே இரவுகளில் முக்கியமான பணி. வெளிநாடுகளிலிருந்து உறவினர்களுக்கு இரவில்தான் பெரும்பாலும் அழைப்பார்கள். கண்ணனுக்கு யாரும் வெளிநாடுகளில் இல்லை என்றாலும் கண்ணனிடம் பேசாமல் அங்கு யாரிடமும் பேசுவது சாத்தியமில்லை. கண்ணனுடன் முதலில் ஒரு சில நிமிடங்கள் சுகம் விசாரிப்போரும் இதில் உண்டு. அதை கிரக உறவு அல்லது கிரகாம்பல் உறவு என்று வைத்துக்கொள்ளலாம்.

4

யாழ் நகரில் என் பையன்
கொழும்பில் என் பொண்டாட்டி
வன்னியில் என் தந்தை
தள்ளாத வயதினிலே
தமிழ்நாட்டில் என் அம்மா
சுற்றம் பிராங்பேட்டில்
ஒரு சகோதரியோ பிரான்ஸ் நாட்டில்
நானோவழி தவறி
அலாஸ்கா வந்துவிட்ட
ஒட்டகம்போல்ஓஸ்லோவில்
என்ன நம் குடும்பங்கள்
காற்றில்விதிக்குரங்கு கிழித்தெறியும்
பஞ்சுத் தலையணையா?

- வ. ஐ. ச. ஜெயபாலன்

சந்திரன் நயினாதீவில் இருந்து கொழும்பு வந்தது திடீரென்று நடந்ததில்லை. ஆனால் அவனுக்கு அது திடீரென்று நடந்ததாக அப்போது இருந்தது. அந்தக் கதையைச் சொன்னால் இந்தியாவை வம்பிழுப்பது போலவே இருக்கும்.

ஒரு நாள் விடியற்காலை ஆறு முப்பது மணியளவில் நயினாதீவின் வேலிகளைப் பிய்த்துக்கொண்டு மிக உயரமான இராணுவத்தினர் வந்தார்கள். பெரும்பாலும் எல்லோரும் தலைப்பாகை கட்டி

இருந்தார்கள். வீடுகளில் இருந்த எல்லோரையும் வெளியே வருமாறு தமிழில் யாரோ கூப்பிட்டார்கள். கூப்பிட்ட சத்தம் கேட்டதுமே, எல்லாம் முன்பே தெரிந்தது போல, ஜீவனைத் தூக்கிக்கொண்டு வருமாறு பொன்னம்பலத்தை அம்மா சொன்னார். பொன்னம்பலம் குடும்பத்தில் மூத்தவன். ஜீவன் கடைக்குட்டி. இடையில் இரண்டு பெண்ணும் ஒரு ஆணும் உண்டு. இடுப்பில் ஜீவனுடன் பொன்னம்பலம் இயல்பாகவே வெளியே போனான். தம்பியை எப்போதும் வழக்கமாகவே தூக்குவதால் பெரிதாக எந்த வித்தியாசமும் அவனுக்குத் தெரியவில்லை. சந்திரன் வீடு ஜீவன் வீட்டைப் பார்த்தது போல அருகில் இருந்தது.

எல்லா வீடுகளிலும் வீட்டுமுன் குடும்பமாக நின்றார்கள். ஓரளவு வளர்ந்த உடம்பாகத் திரிந்தவர்களைத் தனியாகப் பிரித்து, அவர்கள் றோட்டில் நின்றார்கள். சிரமதான பணி என்று சொல்லி பொன்னம்பலத்தையும் தங்களுடன் வரச் சொன்னார்கள். ஜீவனை ஒரு இராணுவத்தான் பிடுங்கி அம்மாவிடம் கொடுத்தான். பொன்னம்பலம் போவதற்காக முன்னே நடக்கவே அம்மா அழத் தொடங்கினார். அழத் தொடங்கிய அம்மாவை, கண்களைப் பெரிதாக்கிய பெரிய தாடிக்கார இராணுவ வீரன் ஒருவன் நெருங்கினான். அப்பா அம்மாவின் கையைப் பிடித்துத் தனக்குப் பின்னால் நிறுத்தினார். ஜீவன் அப்பாவின் தோளின் மேலாக எட்டிப் பார்த்தான். பொன்னம்பலம் சில அடிகள் முன்னே றோட்டை நோக்கிப் போயிருந்தான். ஸ்டாப் என்ற அந்தத் தாடிக்காரன் வீட்டில் விளக்குமாறு இருக்கா என்றான். அவனுக்குப் பக்கத்தில் இருந்த தென்னையிலேயே ஒரு விளக்குமாறு சாத்தி இருந்தது. அதை கிட்டே வந்து பொன்னம்பலம் எடுத்தான்.

றோட்டில் ஒரு முப்பது பெடியளுக்கு மேலே நின்றார்கள். அஞ்சு ஆறு ஏழு எட்டாம் வட்டாரப் பெடியள்தான் எல்லாரும் எண்டது பாக்கவே பொன்னம்பலத்துக்குத் தெரிந்தது. பலரும் கணேசா பெடியள்தான். ஐஞ்சாறு பெண்களும் அதில் அடக்கம். இந்தப் பெடியளுக்கு ஒரு பத்து பதினஞ்சு அடி தள்ளி சில பெடியளுட அப்பர்மார் நிண்டினம். அவே இராணுவம் பாக்கேக்க திரும்பி றோட்டால வந்த வழியே போறதும், திரும்பி வந்து தூர நிண்டு பாக்குறதுமா இருந்தினம். வேலிகளுக்குள்ளால் வேடிக்கை பாக்கிற சனம் வழக்கம் போல பார்த்தபடியே நின்றார்கள்.

வீட்டுக்க மனுசியையும் பிள்ளையளையும் விட்டு ஒரு வெருட்டு வெருட்டிப்போட்டு சேட்டப் போட்டண்டு றோட்டுக்கு வந்த நடராசர் கேற்றில நிண்டு ரெண்டு பக்கத்தாலையும் பார்த்தார்.

பெடியள் சாரணர் அணிவகுப்பு மாதிரி விளக்குமாத்தோட போயண்டு இருந்தினும். அவர்களுக்கு முன்னுக்கும் பின்னுக்கும் இராணுவம் போனது. நடராசர் வேலியளோட பம்மிப் பம்மி வர அவருக்குப் பின்னால ஏதோ சத்தம். திரும்பிப் பாத்தார். ஒரு இருபது மனுசங்கள் அவருக்குப் பின்னால இருபது இருபத்தஞ்சடி தள்ளி வேலிகளோடு ஒட்டி நின்றார்கள். வந்த பெரு மூச்சை 'பூ' என்று ஊதிவிட்டு அவர்கள் தனக்குக் கிட்ட வாற வரைக்கும் வேலியைப் பிடித்துக்கொண்டு நிண்டார். ''எல்லாரும் ஒண்டா போவேணாம். நீங்க காராளியர் கடையடியால வாங்கோ. நாங்க பின்னால போறம்'' என்றபடி தன்னோடு நாலு பேரைக் கூட்டிக்கொண்டு போனார்.

பெடியள ஒரு இடத்தில நிப்பாட்டி வைத்திருந்தார்கள். சற்று நேரத்தில ஊரின் கிழக்குப் பக்கத்திலிருந்து ஒரு பெடியள் பட்டாளத்த கூட்டிக்கொண்டு ஒரு இராணுவ அணி அங்கு வந்து சேர்ந்தது. கொண்டு வந்த பெடியளோட இருந்த பெடியளையும் சேர்த்துக் கூட்டிக்கொண்டு திரும்பவும் நடக்கத்தொடங்கினாங்கள். கணேசா பள்ளிக்கூடத்துக்குக் கிட்ட போகும்போதுதான் தெரிந்தது, அங்கேயும் முப்பது பெடியளோடு இராணுவம் தயாராக இருந்தது. நடராசரும் மத்த மனுசங்களும் காராளியர் கடைக்குக் கிட்டவே நின்றுகொண்டார்கள். ஏற்கெனவே பிரிந்து போன மனுசங்களும் இவர்களுக்குக் கொஞ்சம் முன்னால் ஒரு பழைய கடையின் சுவரோடு நின்று கணேசா பள்ளிக்கூடத்தின் முன் இருக்கும் கிறவுண்டையே பார்த்தபடி இருந்தார்கள்.

அறுபது பெடியளுக்கும் மேலே கிறவுண்டில் நின்றார்கள். எல்லோருடைய கைகளிலும் விளக்குமாறு வைத்திருந்தார்கள். விளக்குமாறு இல்லாத ஐந்தாறு பெடியளின் கைகளில் மட்டும் நீளத் தடிகள் இருந்தன. விளக்குமாறுகளையும் தடிகளையும் விடாதபடி கிறவுண்டில் குந்தி இருந்தார்கள் பெடியள். ஏதோ பேச்சுச் சத்தங்கள் கிறவுண்டில் கேட்டபடி இருந்தன. நடராசாவுக்கோ அல்லது அவருக்கு முன்னால் நின்றவர்களுக்கோ கிறவுண்டில் என்ன பேசுகிறார்கள் என்பது தெளிவாக கேட்கவில்லை. திடீரென்று ஏதோ ஒரு குரல் கறகறப்பாகப் பெரிதாகக் கேட்டது. எல்லாப் பெடியளும் விளக்குமாறுகளையும் தடியளையும் தலைக்கு மேல ரெண்டு கையால தூக்கிப் பிடித்துக்கொண்டு கிறவுண்டுக்குள் வட்டமடித்து ஓடத்தொடங்கினார்கள்.

ஒரு அரைமணித்தியாலம் இந்தக் கூத்து நடந்தது. அந்தப் பெடியள் கூட்டத்திலிருந்து முப்பது பெடியளுக்குமேல்தனியாகப் பிரிக்கப் பட்டார்கள். எஞ்சிய பெடியளைத் திரும்பியும் பாராமல் முப்பது

பெடியளையும் தள்ளிக்கொண்டு இராணுவம் வெளிக்கிட்டது. இராணுவம் போவதை நிம்மதிப் பெருமூச்சுடன் பார்த்தபடி நின்றார்கள் கிறவண்டில் நின்ற பெடியள். சிலர் சற்றுக் கலங்கிய கண்களுடன் சக்கபணிய நிலத்தில் இருந்தார்கள். அப்போதுதான் இராணுவத்துக்கு இரவல் குரல் கொடுத்தபடி நின்ற சிவத்தார் தன்னோடு ஆயுதங்களுடன் நின்ற பெடியள் சிலரைத் திரும்பிப் பார்த்து ''மீதி நமக்குத்தான்'' என்றார்.

ஏதோ ஒரு பிரச்சினை நடக்கப்போகிறது என்றுணர்ந்து பெடியள் கலைந்து போகத் தொடங்கினார்கள். அவர்களை வலுக்கட்டாயமாக நிறுத்தியும், சிலரை உதைத்துக் கீழே தள்ளியும் விட்டுப் பேச்சை ஆரம்பித்தார் சிவத்தார். நாடு நம்ம நாடு என்று அந்த உரை நீண்டது. நடராசரும் அவரோடு நின்றவர்களும் கிறவுண்டை நோக்கிப் பாய்ந்தடித்து ஓடி வந்தார்கள். கிட்டே வரும்போதுதான் சிவத்தாரை நடராசருக்கு மட்டுக்கட்ட முடிந்தது. அப்போது மாற்றுப்பாதை என்று சிந்தித்து இயங்கிய இயக்கங்களில் ஒன்றில் சிவத்தார் இருந்தார். இரண்டு பேரும் ஒன்றாகத்தான் யாழ்ப்பாணத்தில் படித்தார்கள். ''அப்பவே கள்ளன். இப்ப எப்படி இருப்பான்'' என்று நடராசர் முணுமுணுத்தது கூடப்போன மனுசங்களுக்குத் தெளிவாகவே கேட்டது.

நடராசர் அருகில் போனதும் நேரடியாகவே, ''என்னப்பா நீங்களும் அவங்களும் ஒண்டோ'' என்று கதையைக் கொடுக்க தொடங்கினார். அந்தச் சூழலைப் பயன்படுத்தி பெடியள் தங்களுக்குள் தள்ளுமுள்ளுப் பட்டபடி ஓடத் தொடங்கினார்கள். இரண்டு பெடியளைத்தவிர மற்றவர்கள் ஓடித் தப்பித்திருந்தார்கள். சிவத்தாருக்கு முகம் கொஞ்சம் கறுத்தது. ஆனால், நடராசர் அதைக் கொஞ்சமும் கணக்கில் எடுக்காமல் இரண்டு கைகளையும் பற்றியபடி பேச்சுக் கொடுத்தபடியே இருந்தார். நீண்ட போராட்டத்தின்பின் கைகளை உதறி விட்ட சிவத்தாரைப் பார்த்து, ''வீட்ட வாவன்ரா சாப்பிட்டு போகலாம்'' என்று ரெண்டு முறை கேட்டுப் பார்த்தார். சிவத்தார் அசைந்து கொடுக்கவே இல்லை. இதற்குமேல் பிரச்சினை வேறு மாதிரி போகலாம் என்றுணர்ந்த நடராசர் அவசரமாக மற்றவர் களுடன் நடையைக் கட்டினார். அன்று இரவுதான் இவைகளை எல்லாம் மீறி மொத்தமாக ஏழு பெடியளை சிவத்தார் குறுப் பிடித்து லோஞ்சியில் ஏற்றிக்கொண்டு போனது நடராசருக்குத் தெரியும்.

பெடி பெட்டையள எங்கையாவது அனுப்பிப் போடோணும் என்று ஊர் சனங்கள் பல உறுதியா முடிவெடுத்தார்கள். ஊரில் இருந்து சைக்கிள். சைக்கிளில் இருந்து லோஞ்சி, லோஞ்சியில் இருந்து பஸ்,

பஸ்ஸில் இருந்து ரெயின், ரெயினில் இருந்து பிளையின். பிளையின் கனடா லண்டன் என்று எங்கெங்கையோகொண்டுபோய்க் கொட்டியது. பக்கத்துவீட்டு பொன்னம்பலம் சந்திரனின் மூத்த அக்காள் இப்படிப் பலர் கனடா போய்ச் சேர்ந்தார்கள். அப்போது சின்ன பெடியனா இருந்த சந்திரன் இப்போது கொழும்பில் நிற்கின்ற கதையும் அதே கதையின் மிச்சமாகத்தான் இருக்கும். எல்லாக் கதைக்கும் முன்னால் ஒரு கதையும் பின்னால் ஒரு கதையும் இருக்கும். நாம் விரும்புவதை மட்டுமல்ல, நினைவில் இருப்பதை மட்டும்தான் சொல்ல முடியும்.

5

சிங்களக் கிராமமொன்றின் சிறுதெருவில்
காலாற உலவுவதாகக் கனவுவந்து
விழித்தும் துரத்துகிறது என்னை
பலிக்காத பகற்கனவெனினும்
பழைய நினைவுகளைக் கிளறி
வேடிக்கை பார்க்கிறது சனியன்
அது என் சிங்கள நண்பனின் சிற்றூர்
நான் அதிகம் களைப்பாறிய நிழல்
தமிழன் எனத் தள்ளாது
தூக்கி ஒக்களையில் வைத்த ஊர்.

-புதுவை இரத்தினதுரை

காலம்பிற ஐந்து ஐந்தரைக்கு அருவிச் சத்தம் மாதிரி சத்தங்கள் கேக்கும். ஓங்காளிக்சிற சத்தம் அவ்வப்போது காதில் விழும். பத்தாம் நம்பர் அறை றோட்டுக்குப் பக்கத்தில் இல்லாமல் கடைசி தொங்கலில்தான் இருக்கிறது. அந்த அறைக்கு முன்னால ஒரு குளியலறை. அதுக்குப் பக்கத்தில இன்னும் ஒரு குளியலறை. ஒரு குளியலறையின் வாசல் இந்த அறையைப் பார்த்தது போல இருக்கும். பெரும்பாலும் சங்கர் குறூப்தான் விடிய விடிய குளிக்கும். அந்த நேரத்தில் குளித்தால்தான் சாப்பிட்டு கீப்பிட்டு கடையளுக்கு எட்டு மணிக்குப் போய் வேலைகளை ஆரம்பிக்கச் சரியா இருக்கும். அதே பத்தாம் நம்பர் அறைக்கு வலதுபக்கம் கொஞ்சம் பின்னால மூன்று

கழிவறைகள் இருக்கிறபடியால் அங்கையும் சத்தங்கள் வரும். காலம்பிறையில் நாக்கு வழிச்சு ஓங்காளிக்கிறவே மட்டுமே இல்லாமல் கழிவறைகளைப் பார்த்து ஓங்காளிக்கிறவையும் இருக்கினும். இந்தச் சத்தங்கள்தான் சந்திரனையும் அங்க இருக்கிற சனத்தையும் எழுப்பும். பெற்றா றோட்டெல்லாம் இவர்களுக்கு முதலே இயங்க ஆரம்பித்திருக்கும்.

புதுசா லோடுகளோட வெங்காய உள்ளி உருளைக்கிழங்கு லொறிகள் எல்லாம் பெரும்பாலும் இறக்கிற வேலைகளுக்குத் தயாராத்தான் இருக்கும். காலம்பிற சூரிய ஒளி லொறி புகையளோட கலந்து புதுசாகத் தெரியும். எல்லா லொறியும் ஒவ்வொரு ராகம் போலப் புகை விடும். கலாதீபத்துக்கு வெளிச் சுவரோடு இருக்கிற நானா கடையில் பிளேன்ரீ, இடியப்பம் வியாபாரம் ஆரம்பித்திருக்கும். இடியப்பம் எண்டால்இடியப்பத்துக்குள்ளே கொஞ்சம் சக்கரையை வைத்துச் சுருட்டி அவித்திருப்பார். வெள்ளைப் பச்சை அரிசி இடியப்பம், கூடஒரு பிளேன்ரீ, அந்தச் சாப்பாட்டோடு ஒரு மூன்று மணி நேரம் கடுமையா வேலை செய்வார்கள் மூட்ட தூக்கிற ஆட்கள். ஒரு மணி நேரத்துக்கு மேல் வேர்வை உடல் முழுவதும்ஓட ஆரம்பிக்கும். மூட்டைகள் முதுகில் கீறி விடாமல் இருப்பதற்குப் போட்டுக்கொள்ளும் சாக்க எடுத்துப்போட்டுப் பக்கத்தில் வந்து நின்றார்கள் என்றால் ஆற்றில் முழுகிவிட்டுத் துடைக்காமல் வந்தது போலத் தலையில இருந்து வேர்வை வழிந்து ஓடியபடிக் கிடக்கும். மறுபடியும் ஒரு சூடான பிளேன்ரீயை எடுத்துக் கொள்வார்கள். வேர்வை நிற்காமல் அது அதன்போக்கில் வழிந்துகொண்டே இருக்கும்.

லொறியளில் இருந்து மூட்டைகளை இறக்கத் தொடங்கும் முன் அபயசேகர அங்கு ஆயராகி இருப்பார். அவருக்கு ஒரு நாளைக்கு ஏழெட்டு லொறிகளைக் கணக்கெடுக்கும் வேலை இருக்கும். அவரோட முதலாளியின் கடை எங்கேயோ ஒரு சிங்கள ஏரியாவில் இருந்தது. அவரோட வேலை அங்கிருந்து கொழும்புக் கடைகளுக்கு வந்து இறங்கும் மூட்டைகளைக் கணக்குப் பார்ப்பது. காலம் பிறையில் அவர் வந்து இறங்கியவுடன் அருகிலிருக்கும் புத்த கோவிலுக்குப் போவார். அவருக்காக இரண்டு தாமரை பூக்கள் மலர்ந்து காத்திருக்கும். பத்து நிமிடங்கள் மிக ஆழமாக புத்தரை வணங்கிப் பூக்களை வைப்பார். தினமும் அதன்பிறகுதான் வேலையில் இறங்குவார்.

பத்துக்கும் மேற்பட்ட பில்லுகள், ஒரு பிறவுன் டையறி, இண்டு பேனாக்கள், இது தான் அவரோட அடையாளம். அவரோட கறுத்த

உடலுக்குக் கடுங்கலரில் ஒரு சட்டையும் வெள்ளைச்சறமும் கட்டுவார். அவர் வேலை செய்வது மாதிரியே தெரியாது. அவ்வளவு இயல்பா வேலைகளையும் பார்த்துக்கொண்டு இடைவெளியில் கலாதீபம் லொஜ் வாசலில் வந்து குந்துவார்.

அவர் சொல்லாமலேயே நானா டீயோடு வருவார். அந்த றோட்டில் டீ குடிக்கிற மிகக் குறைந்த ஆட்களில் அபயசேகரவும் ஒருவர். அதுவும் அவருக்கு ரீ குடுக்கின்ற காட்சி தனியாகத் தெரியும். நானா ஒரு துண்டு பேப்பரை டீ கிளாசில் சுற்றிப் பிடித்துக் கவனமா குடுப்பார். நானா கடையில எல்லாருமே கணக்குதான். பெரும் பாலான கூலித் தொழிலாளர்கள் வாரக் கணக்கு முடிப்பார்கள். அபயசேகரகூடக் கணக்குத்தான். ஒவ்வொருஇரவும் தன் கணக்கை முடிப்பார் அபயசேகர. அந்த வாரத்தின் மொத்த வியாபாரக் காசை நானா கையில் பார்க்க சனிக்கிழமை இரவு வரைக்கும் காத்திருப்பார்.

அபயசேகரவுக்கு ஒரு பழக்கம் எப்பவும் இருக்கும், அது லொத்தர். அவருக்கு அது அதிஸ்ட சீட்டில்லை, லொத்தர் சீட்டுத்தான். அவர் அதில் அதிஸ்டத்தை எதிர்பார்ப்பதும் இல்லை. அவருக்கு விருப்பமான விளையாட்டு அது. லொத்தரில நிறைய வகையான சீட்டுக்கள் கொழும்பில கிடைக்கும். லொத்தர் கடைகளை அவ்வளவு வடிவாக அலங்கரித்து வைத்திருப்பார்கள். நான்கு பக்கமும் லொத்தர் சீட்டுக்கள் தொங்க நடுவில் ஒரு ஆள் இருக்கும் கடைகளை கொழும்பில் நிறையவே காணலாம். நடமாடும் லொத்தர் கடைகள் இன்னும் வடிவாக இருக்கும். சைக்கிளில வட்ட வடிவில் பலகையை வைத்துக் கட்டி அதன் மேல் அலங்கரித்து லொத்தர் சீட்டுக்களைத் தொங்க விட்டிருப்பார்கள். மேலே ஒரு வண்ணக் குடையைப் பொருத்தி இருப்பார்கள். சைக்கிளை ஓட்டும்போது அவை காற்றில் பறந்து தெரிவது தனி வடிவாக இருக்கும்.

அபய சோகர லட்சம் விழக்கூடி லொத்தர் சீட்டுக்கள் எதையும் வாங்குவதில்லை. சுரண்டும் லொத்தர் மட்டும்தான் வாங்குவார். அதில் ஐம்பது ரூபாயிலிருந்து பத்து ரூபாய் வரை விழுவதற்கு வாய்ப்புகள் இருக்கும். அவருக்குப் பெரும்பாலும் பத்து ரூபாய்தான் விழும். அடுத்த நாள் மறுபடியும் அதே பத்து ரூபாயில ஆரம்பிப்பார். ஐந்து பெட்டிகள், ஆறு பெட்டிகள் என்று லொத்தர் சீட்டில் பெட்டிகள் கீறி இருப்பார்கள். அதில் ஒரு சங்கு இருந்தால் பத்து ரூபாய், இரண்டு பெட்டியில் இரண்டு சங்கு இருந்தால் இருபது ரூபாய், மூன்று இருந்தால் முப்பது ரூபாய் என்று நீளும். சங்கு, அரச இலை, யானை, வெற்றிலை என்று பல்வேறு வர்ணமான லொத்தர்

சீட்டுக்கள் விற்பனையில் இருக்கும். எப்போதாவது ஒரு சிகரெட் பிடிப்பது தவிர அவரது மற்றைய பழக்கங்கள் பற்றி யாருக்கும் தெரியாது.

௬

சந்திரன் தனது 12 வயதில் தன்னுடைய அப்பா மற்றும் தாரணி அக்காவுடன் கொழும்பு வந்த கதையை லொஜில் எல்லோரும் டைட்டானிக் கதை கேட்பது போலக் கேட்பார்கள். அவனின் மூத்த அக்கா யாழ்ப்பாணம் கம்பசில் படித்த நேரம் நடந்த பிரச்சினைகளால் நாட்டைவிட்டுக் குடும்பமே வெளியேற்றிய துரதிஸ்டசாலிகளில் ஒருவர். கனடாவுக்குச் சென்ற அவள் குடும்பத்தில் உள்ள இவர்களை அங்கு எடுத்துவிட்டுத்தான் கல்யாணம் செய்வேன் என்று பிடிவாத மாகப் பேசி வருவதால் சந்திரனின் அப்பாகடைசியில் அரை மனதாக ஒப்புக்கொண்டார். செய்து வந்த மிளகாய் தோட்டத்திலிருந்த பிடிப்பான வாழ்க்கையை விட மனமில்லை அவருக்கு. பிள்ளைகள் விரும்பியதால் தன்னுடைய விருப்பங்களைத் துறந்தார். மனைவி இறந்ததிலிருந்து அவர் எல்லோருக்காகவும் எல்லாவற்றையும் துறக்க தயாரான ஆளாகவே மாறியிருந்தார்.

ஊருக்கு வெளித்தொடர்வு என்பதே அறுந்து போன நிலையில் இருந்தது. சீனி, பருப்பு, சவர்க்காரம் போன்றவை முற்றாகவே கிடைக்கவில்லை. எவ்வளவு விலைகொடுத்தாலும் அவைகளை யாராலும் வாங்க முடியாது. கப்பலில் பொருட்கள் வந்து ஆர்மி மூலம் தான் ஊருக்கு வர வேண்டும். அது திட்டமிடப்பட்டதா இல்லை தவிர்க்க முடியாமல் நடந்து கொண்டிருந்ததா எனத் தெரியவில்லை.

பற்றிகள் கிடைக்காதபடியால் ரேடியோ கேட்போரின் எண்ணிக்கை கூட ஊரில் இரண்டு மூன்றுதான் இருந்தது. ஆறு மணிக்கு மேல் வரும் கரண்ட் மட்டுமே கொஞ்சம் உலக நடப்பை அறிய உதவியது.

அதுவும் இராணுவப் பராமரிப்பில்தான் இருந்தது. சீனிக்குப் பதில் எல்லோரும் சக்கரைக் கட்டிக்கு மாறி இருந்தார்கள். சவர்க் காரத்துக்குப் பதில் பனம்பழம். பனம்கொட்டையை வடிவாகப் பிடித்துத்தான் ஆடைகள் துவைக்கப்பட்டன. காய்ந்தபின்னும் ஒரு வித வாடை அதில் வந்தாலும் அது போகப்போக எல்லோருக்கும் பழகிப்போனது. எல்லோர் ஆடையிலும் ஒற்றுமையாகப் பனம்பழ வாசனை பரவிப் பரவசப்படுத்தியது.

ஆர்மி காம்பில் போய்ப் பதிந்துவிட்டு வந்தால் மூன்று மாதங் களுக்குள் கப்பலில் இடம் கிடைக்க வாய்ப்பு இருந்தது. காரணங் களை முன்னிட்டும் சிலருக்கு ஒரு மாதத்தில் அழைப்பு வரும். வரும்போது வரட்டும் என்று விசாகர் அவசரக் காரணங்கள் எதையும் குறிப்பிடவில்லை. விசாகப்பெருமாள்தான் அவருடைய முழுப்பெயர். அவரை அப்படி யாரும் கூப்பிட்டு அவர் கேட்டதே கிடையாது. அதற்கான காலம் அப்போதுவரை வந்திருக்கவில்லை. கப்பலில் யாராவது ஒரு இராணுவத்தான் விசாகப்பெருமாள் என்பதை விசர்ப்பெருமாள் என்றாவது முழுதாக கூப்பிடவும் வாய்ப்பு இருக்கிறது. அவருக்கு 1983 காலகட்டத்தில் கொழும்பில் சில காலம் வேலை செய்த அனுபவத்தில் உறுதியாகக் கூற முடியும். 1983ல் யாரோ ஒரு சிங்கள அதிகாரி விசர்ப்பெருமாள் என்று பயணப்பதிவில் எழுதி விட்டார். எதற்கு வம்பு என்று யாழ்ப்பாணம் வரும்வரை வரை விசர்ப்பெருமாள் என்றபடியே வந்து சேர்ந்தவர் அவர்.

எப்படியும் அழைப்பு வரும், கப்பலுக்குப் பதிந்து விட்டோம் என்பதால் ஊரில் செய்ய வேண்டிய வேலைகள் எல்லாவற்றையும் தீவிரப்படுத்தினார். வீட்டை அக்காவின் மகளைப் பார்த்துக்கொள்ளச் சொன்னார். தோட்டத்தைப் பக்கத்துத் தோட்டத்திலிருக்கும் சிவஞானத்திடம் விட்டார். திருவெம்பா ஆறாவது பூசைக்கு மீனாட்சி அம்மன் கோவிலுக்குக் காசு கட்டினார். ஓரளவு வளர்ந்து நின்ற கறுப்புக் கிடாய்க் குட்டியை பிடாரி கோவிலுக்குக்கொடுக்க முடிவு செய்தார். எப்போதும் மீன் தரும் யுமானாவின் வீட்டுக்கு மகளின் நல்ல உடுப்பில் இரண்டும் ஐநூறு ரூபாயும் கொண்டுபோய்க் கொடுத்தார். ஒருவேளை தான் விரைவாகக் கப்பலில் போய் விட்டால் வீட்டுக்குமுன் போட்டிருந்த பாத்தியை மறக்காமல் கிண்டி எடுக்குமாறும் சண்டை போடாமல் பிரித்து எடுக்குமாறும் விளக்கமாகச் சொன்னார். அந்த நாளும் நாற்பத்தேழாவது நாளில் வந்தது.

கனடாவில் இருந்து மகள் கொடுத்து விட்டிருந்த ஒரு சூட்கேஸ் இருந்தது. அக்கா வீட்டில் ஒரு அளவான பெட்டி வாங்கினார்.

இரண்டு பெட்டிகள் போதுமானதாக இருந்தது. மகனின் புத்த வாக்கு மற்றும் ஒரு பழைய பிபி-வாக்கு* என்று பயணத்துக்கு அன்றே தயாரானது குடும்பம். காலை பத்து மணிக்கெல்லாம் தகவல் வந்து விட்டதால் விசாகர் குடும்பம் கனடா போகுதாம் என்ற தகவல் ஐந்தாவது வட்டாரம் தாண்டி அனைத்து வட்டாரங்களையும் எட்டி இருந்தது. யாரும் கொழும்பு போவதாகச் சொல்லவே இல்லை. கனடா போவதாக அழுத்தம் திருத்தமாகச் சொன்னார்கள்.

அக்கா, அக்காவின் கணவர், அக்காவின் மகள், மகளின் இரண்டு மகன்கள் மட்டுமே இல்லாது, பக்கத்து வீட்டு மதி ரீச்சர், சரசக்கா குலத்தார் குடும்பம் என்று எல்லாமே இரண்டு மணிக்குமேல் கூடி விட்டார்கள். குலத்தார் வந்ததெல்லாம் அதிசயமாகவே தெரிந்தது விசாகருக்கு. எப்போதும் வீடு வேலை என்று அலைவது குலத்தார் வழக்கம். கலியாண வீடு என்றாலும் மனிசியை மட்டுமே அனுப்பிவிட்டு வாத்தியார் உத்தியோகத்தைக் கவனிப்பது அவர் வழக்கம். விசாகருக்குக் கொஞ்சம் கொஞ்சமாகக் கவலை எட்டிப் பார்க்கத் தொடங்கியது. அன்று காலை வரைகூட அவருக்கு அப்படி எந்த மனக் குழப்பமும் இருக்கவே இல்லை. சரியாகச் சாப்பிட முடியாமல் சோற்றை நீண்ட நேரம் பிணைந்துவிட்டுப் பக்கத்து வீட்டு நாய்க்கு வேலியால் தட்டிக் கொட்டி விட்டார். மகளும் மகனும் உடுப்புகளை அடுக்குவதிலேயே கவனமாக இருந்தார்கள்.

மூன்று மணிக்குமேல் கிட்டத்தட்ட செத்த வீடு போல பலர் கண்கலங்கி நின்றதை விசாகரால் தாங்கவே முடியவில்லை. அதுவரை அப்படியான ஒரு காட்சியை அவர் மனைவியின் மறைவில்தான் பார்த்தார். பல பத்து வருசமாகி மறந்துபோன காட்சியை எதிர்கொள்ள முடியாமல் வீட்டிலிருந்து இறங்கி சீமைக்கிளுவை கீழே கட்டி இருந்த கறுப்புக் கிடாய்க்குட்டியை கயிற்றோடு அவிழ்த்துக்கொண்டு றோட்டில் இறங்கி நடக்கத் தொடங்கினார். வீடுகளிலிருந்து சிலர் அவரைப் புதிதாகப் பார்ப்பது போலப் பார்த்தார்கள். ஒரு சிலர் புன்னகை காட்ட பதிலுக்கு அவசரமாகத் தலையை ஆட்டிவிட்டு றோட்டிலேயே கண்ணை முன்னோக்கிப் பரப்பினார். கறுப்புக் கிடாய்க்குட்டி அவரைவிட வேகமாகக் கயிற்றை இழுத்தபடி முன்னே போய்க்கொண்டிருந்தது. சின்ன கிடாய் என்றாலும் அப்போது அவரால் அதைச் சமாளிக்க முடியாத பலவீனம் உடலில் தெரிந்தது. அது ஒத்தி ஒத்தி முன்னே இழுத்தபோது இரண்டு முறை கொஞ்சம் கயிறு பிடுங்கப் பார்த்தது. கடலை ஒட்டிச் சற்றுத் தனிமையாகவே தில்லை வெளியில் இருந்த பிடாரி கோவிலில் எந்த நடமாட்டமும் இல்லை.

வருடத்தில் ஒருமுறை மட்டுமே பிடாரி கோவில் திருவிழா நடக்கும். வாழை வெட்டு அன்று மட்டுமே கூட்டம் அலை மோதும். அன்று பிடாரிக்கு நேர்ந்துவிட்டு வளர்த்த ஆடு கோழி போன்றவை பலியிடப்படும். ஊரில் அந்த ஒரு கோவிலில் மட்டுமே பலியிடும் வழக்கம் இருந்தது. அதற்காக வருடம் முழுவதும் ஆடு கோழிகள் வளர்க்கப்படும்.

நீண்ட காலத்தின் முன் இந்தியாவிலிருந்து ஒரு பெண் வந்ததாகவும், அவள் கடலை ஒட்டிய அந்த இடத்தில் வந்து தலைவிரிக் கோலமாக உக்கிரம்கொண்டு இருந்ததாகவும், அது பிடாரி என்றும், அவளை சாந்தப்படுத்தவே அங்கு கோவில் கட்டப்பட்டதாகவும் ஒரு கதையை ஊரில் பேசிக்கொள்வார்கள். ஊரில் இருக்கும் மற்றைய கோவில்கள் போல் அது இருப்பதில்லை. உதாரணமாக, உயர்ந்த கோபுரங்கள் கிடையாது. வேறு தெய்வங்கள் எதுவுமே அந்தக் கோவிலில் இல்லை.

கதவுகள் எல்லாம் சங்கிலி போட்டுப் பூட்டப்பட்டாலும் பிடாரி பார்க்கும் தூரத்திலேயே இருந்தாள். கொஞ்ச நேரம் இருந்து கேற்றைப் பிடித்தபடி நின்றார். நேரம் போவதை இந்தியக் கடலில் விழுந்து கொண்டிருந்த சூரியன் சொல்லிக்கொண்டே இருந்தது. ஊர்க்காரர்களின் வேறு ஆடுகள் சுதந்திரமாக தில்லை வெளியெங்கும் மேய்ந்தபடி இருந்தன. மாடுகள் அங்கு பொதுவாகவே கொஞ்சம் குறைவுதான். அப்போது ஒரு மாடுகூட அவர் கண்களில் படவே இல்லை. கறுப்புக் கிடாயை ஒத்தி கிட்ட இழுத்து கழுத்துக் கயிற்றைக் கழற்றினார். அதற்காகவே காத்திருந்தது போல அது அவசரமாக மேய்வது போன்ற பாவனையைக் காட்டிக்கொண்டு தூரத்தில் நிற்கும் ஆடுகளை நோக்கிப் போனபடிக்கு இருந்தது. ஆடுகளையே பார்த்துக்கொண்டிருந்தார் சோமர்.

விசாகர் வீடு வந்து சேரவே நான்கு நான்கரை ஆகி இருந்தது. வந்த வேகத்தில் துண்டை எடுத்துக்கொண்டு குளிக்க பின் கிணத்தடிக்குப் போனார். சமையல் வேலைகள் நடப்பது வீட்டின் பின்பக்கப் பரபரப்பில் தெரிந்தது. மதி ரீச்சரும் சரசக்காவும் புட்டும் சோயாக்க குழம்பும் பருப்பும் கொஞ்சம் காச்சி பாசல் செய்யலாம் என்று பேசியபடி வேலையில் இறங்கி இருந்தார்கள். எங்கிருந்து அந்தக் கொஞ்ச சோயாவும் பருப்பும் வாங்கினார்களோ தெரியாது. போன வேகத்திலெல்லாம் விசாகர் குளித்துவிட்டு வந்திருந்தார்.

பிடாரி கோவிலில் விட்டுவிட்டு வந்த கறுப்புக் கிடாய்க் குட்டி, தான் வழக்கமாக வெளியே போய்வரும் அதே வேலி நீக்கலால் வந்து வழக்கம்போல மேய்ந்து கொண்டு நின்றது. அதை அவர் கண்டிருந்த

போதும் அப்போது அவருக்கு அதை மறுபடியும் விலக்கும் மனம் வந்திருக்கவில்லை. சோயாவும் பருப்பும் அளவான சூட்டில் போத்தல்களில் ஊற்றப்பட்டன. மூடிகள் அவ்வளவு இறுக்கமாக இல்லாதபடியால் சொப்பின் வாக்கு ஒன்றை இரண்டாகக் கிழித்து ஒவ்வொரு போத்திலின் மேல் வைத்து மூடியை இறுக்கினார்கள். புட்டை மூன்று பாசல்களாகக் கட்டி மறுபடியும் சொப்பின் வாக்குகளில் கட்டி பிபி-வாக்கில் வைத்தார்கள்.

மூத்த அக்கா முன்பொருமுறை அனுப்பிய கறுப்பு கோட் ஒன்றை சந்திரன் போட்டிருந்தான். பள்ளிக்கூட மாறுவேடப் போட்டி ஒன்றுக்குப் போட்ட பிறகு அது இரண்டு வருடமாகப் போடப் படவே இல்லை. இடையே ஒரு கல்யாண வீட்டில் போட்டபோதும் அதன் அளவு அவனுக்குப் பெரிதாகவே இருந்தது. உடனேயே வந்து கழற்றி எறிந்தான். மாறுவேடப் போட்டி நேரத்தில் அது ஒரு பிரச்சினையாக இருக்கவில்லை. இப்போதுதான் நேரம் வந்தது போல அவனுக்கு அது மிகச் சரியாக உடலுடன் பொருந்தி இருந்தது. அனைத்தையும் தாண்டிப் பனம்பழ வாசனை மூக்கைத் துளைத்தது.

மூன்று சைக்கிள்களில் ஒவ்வொருவரும் ஏற மற்றொரு சைக்கிளில் பெட்டிகளைக் கொண்டு வந்தான் மகேசு. எல்லோரும் ஆங்காங்கே நின்று பார்த்தார்கள். சிலர் றோட்டுக்கு வந்து கொழும்புக்குக் கடிதம் கொடுத்து விட்டார்கள். சிலர் அங்கே உணர்ச்சி வசப்பட்டுக் கைகளை விடாமல் கட்டிப்பிடித்து அழுதார்கள். அவர்களை விலக்கி வரும் மனநிலையில் விசாகர் இருக்கவில்லை. இத்தனை வருட வாழ்க்கையை ஓட்டிய அனைத்தையும் விட்டு மற்றொன்றில் தன்னைப் பொருத்தி வாழப்போகும் வாழ்க்கைப் பயணத்தை அவர் தொடர வேண்டி இருந்தது.

இடையில் நேர் றோட்டில் இருந்து கொஞ்சம் உள்ளே தள்ளி இருக்கும் முருகன் கோவிலில் கும்பிட வேண்டும் என்று சைக்கிளைத் திருப்பச்சொன்னார். நேரம் போவதை எடுத்துச் சொல்லியும், ‘‘போனா போகுது நீ இப்ப திருப்பப் போறியா இல்லையா’’ என்று சைக்கிளில் இருந்து குதிக்க முயன்றார்.

தடுமாறி சைக்கிளை நிறுத்திய கண்ணன் அவரை சமாதானம் செய்து மறுபடி ஏற்றி முருகன் கோவில் நோக்கி வேகமாக ஓட்டினான். முன்னும் பின்னும் மிக இழுபட்டபடி ஒவ்வொரு சைக்கிளும் அவர்களின் பாதையையே தொடர்ந்தது. முருகன் கோவிலில் அவர் கும்பிடவே விடாதபடி கண்ணன் புலம்பியபடி நின்றான். அவசரமாகத் தலைக்கு மேல் கை கூப்பிக் கும்பிட்டுவிட்டு கண்ணனை அறைவது போல வந்து மெதுவாக முதுகில் தட்டினார்.

பின் சைக்கிளில் ஏறிக் கோவிலையே பார்த்தபடி வந்தார். கொஞ்ச தூரத்தில் இருட்டு மெதுவாகப் பரவத்தொடங்க, எல்லாம் கொஞ்சம் தூரத்தில் மறைந்துகொண்டேவந்தது.

ஆர்மி காம்ப்புக்கு நீண்ட தொலைவுக்கு முன்பாகவே சைக்கிளை நிறுத்தி நடந்து போக வேண்டி இருந்தது. கூட வந்த மூன்று பெடியன் களையும் அழைத்துப் போவதை விரும்பாத விசாகர் கண்ணனை மட்டும் வரச்சொன்னார். மற்ற பெடியனை ஒருதடவை கட்டிப் பிடித்துவிட்டு இரண்டு நூறு ரூபாய்த் தாள்களைக் கைகளில் கசக்கி வைத்துமூடினார்.

பெரிய பெட்டியை கண்ணன் கொண்டு வந்தான். மற்றப்பெட்டியை மகள் தூக்க முயல அவசரமாகக் கையைத் தட்டிவிட்டு விசாகர் எடுத்தார். பிபி-வாக்கை ஒரு கையிலும் சந்திரனை மறுகையிலும் பிடித்தபடி நடந்தார். சில அடிகள் போகவே சந்திரன் கைகளைப் பிடுங்கிக்கொண்டு நடந்தான். ஆர்மி காம்ப்பை நெருங்க நெருங்க வேறு சிலர் பெட்டிகளுடன் முன்னே போவது தெரிந்தது. குறைந்தது ஒரு ஐந்து பேராவது ஊரில் இருந்து போவார்கள் என்று விசாகர் கணித்திருந்தார்.

காம்ப்புக்குச் சில அடிகள் முன்னால் நிற்போருடன் இவர்களும் போய் நின்றபோது அங்கு மொத்தம் பதினைந்து பேர் இருந்தார்கள். அதில் அவ்வப்போது எப்படியாவது திருகோணமலை வரை போய்ப் பொருட்களைக்கொண்டுவந்த வசதியான மகேசு உற்சாகமாக நின்றார். அவர் போவதையும் வருவதையும் அவ்வளவு இரகசியமாக வைத்திருப்பார். தேவையில்லாத வேலைகளைத் தன் தலையில் யாராவது கட்டி விடுவார்கள் என்பது மகேசின் எண்ணம். ஆனால், திரும்பி வரும்போது காசு உள்ளவர்கள் மகேசை நாடலாம். ஊரிலிருந்து வெறுங்கையோடு போகும் மகேசு ஊருக்குக் காசு கொடுத்து விட விரும்புபவர்களைக் கைக்குள் போட்டுக் கொள்வார். அந்தக் காசில் பொருட்களை வாங்கிவிட்டு, திரும்பவும் நூறு ரூபாயுடன் பரிதாபமாக வருவார். வந்ததும் முடிந்தவரை கொஞ்சம் லாபமாக விற்றுக் காசையும் கொடுத்துத் தானும் வாழ்வார். அவ்வப்போது இராணுவம் இவரின் பொருட்களைப் பறித்தாலும் மகேசு தளர்ச்சி அடையவே மாட்டார். கப்பலில் தொடர்ச்சியாகப் போக இடம் கிடைப்பது சாதாரணமாக நடக்காது. மகேசு ஏதோ கள்ள வேலை செய்து போகிறார் என்ற சந்தேகம் எல்லோருக்கும் உண்டு. இராணுவத்திற்கே அந்தச் சந்தேகம் இருக்கிறது.

சரியாக ஆறரை மணிக்குத்தான் கப்பலில் போக வந்திருப்பவர்களை மட்டும் உள்ளே வரச்சொன்னார்கள். உள்ளே வருபவர்களைப்

பார்த்துக் கை ஆட்டியபடி வெளியே நின்றோரைக் கெட்ட வார்த்தையால் கத்தித் துரத்தினான் சிப்பாய்.

முன் சென்றியில் இருந்து ஒரு ஐம்பதடி தொலைவில் நான்கைந்து மர டேபிள்கள் போட்டிருந்தார்கள். பலமுறை போன அனுபவத்தில் மகேசு அங்கே போய் இருக்க, எல்லோரும் அவரையே தொடர்ந்தார்கள். அதன் பின் அங்கு எல்லாமே மகேசை காப்பி அடிப்பதாகவே நடந்தது. ஒவ்வொருவரின் அடையாள அட்டை சரிபார்க்கப்பட்டு எழுதப்பட்டது. விசாகருக்கும் மகளுக்கும் அடையாள அட்டை இருந்தது. மகளுக்குப் புதிதாக எடுத்து ஒரு வருடம்தான் இருக்கும். சந்திரனுக்கு இன்னும் இந்தப் பிரச்சினை வந்திருக்கவில்லை. அதன் பிறகு பெட்டிகளைச் சோதனையிடும் பணி தொடங்கியது.

நான்கு பக்கமும் கடலால் சூழ்ந்த ஒரு தீவிலிருந்து அப்படி என்ன கொண்டுவருவார்கள் எனச் சோதனை செய்கிறார்களோ, அது அவர்களுக்கே தெரியும். ஊருக்கு எது வந்தாலும் அவர்களின் கைகளுக்குப் போகாமல் வருவதற்கு எந்த வழியுமே அங்கே இல்லை. தினமுரசு பேப்பர் ஒன்றை வாங்கிக்கொண்டு ஆசையாக ஊருக்கு எடுத்து வந்தவன், நடுப்பக்கம் சினிமா நடிகர் நடிகைகள் இருக்கும் படத்தையே கொண்டு வந்தான். மற்றைய தாள்கள் அனைத்தையும் பிடுங்கி ஒரு ஆர்மிக்காரன் சப்பாத்தை நன்றாக உரசித்துடைத்தானாம்.

அதன்பிறகு நேரம் பார்ப்பதே பயனற்றது என்பது போலத்தான் எல்லோரும் அமர்ந்திருந்தார்கள். எல்லா மின் விளக்குகளும் முழு சக்தியுடன் எரிந்தபடியே இருந்தது. அனேகமாக அன்று பவுர்ணமிக்கு முன் அல்லது பின் நெருங்கிய நாளாக இருக்கவேண்டும். வைரவர் கோவில் திருவிழா அன்று கடலை இரவில் சந்திரன் கண்டிருக்கிறான். அம்மாள் கோவில் தீர்த்தம் அன்றும் கடலைக் கண்டிருக்கிறான் ஆனால், அப்போது கடலைக் கொஞ்சமும் நெருங்கியதில்லை. இந்த இரவுகடலை இரவில் காணப் போகிறோம், அதுவும் இரவிரவாகக் கடலில் மிதக்கப்போகிறோம் என்பது சந்திரனுக்குப் புதிதாக இருந்தது. அந்நாட்களில் இரவில் கடலுக்குப் போகக்கூடாது என்பது எழுதப்படாத இராணுவ விதியாக இருந்ததால், எந்த ஒரு மீனவனும் கூட இரவில் கடலைப் பார்க்கும் பாக்கியம் அற்றவர்களாகவே வாழ்ந்தார்கள்.

திடீரென்று நான்கைந்து இராணுவச் சப்பாத்துகள் அவர்களைச் சூழ்ந்தபடி 'யண்டை யண்டை'** என்றது. மகேசு வழக்கமான பழக்கத்தில் ஒரேஒரு பெட்டியைப் பரிதாபமாக எடுத்துக்

கொண்டபடி நடக்க, எல்லோரும் அவரைத் தலைவனாக ஏற்க வேண்டிய நிலையில் கடலை நோக்கி விரைந்தார்கள். அதுவே ஒரு கிலோமீட்டர் போவது போல இருந்தது. பலகைகள் மேல் நடக்கிறோமா இல்லை இது மிதவைப்பாலமா அல்லது சீமெந்து தரையா என்று கண்டுபிடிக்க முடியாத பாதையாக அது இருந்தது. சந்திரனைத் தவிர யாருமே அதைப்பற்றிக் கொஞ்சமும் யோசித்திருக்க மாட்டார்கள். அவர்கள் போய்க்கொண்டிருக்க போகஸ் லைட் ஒன்று அவர்கள் மேல் சுழன்று போனது. அப்போது ஒரு பகல் வந்து போனது போலிருந்தது. அது போனவுடன் கண்ட இருட்டில் சந்திரனுக்குச் சில நொடிகள் அப்படியே பார்வை பறிபோனது போல ஆகியது. இருட்டை நோக்கி நடக்க முடியாமல் நின்று, அக்கா இழுப்பது தெரிய, இழுபட்டபடிப் போனான். சற்று நேரத்தில் கண் தெளிவாக, கையை உதறியபடி கோட்டை சரி செய்து நடந்தான்.

அந்த அதிவேகமான படகு தண்ணீரைக் கிழித்துக்கொண்டு போனது. வாழ்வைக் கடல் நனைத்தது. துயரமே அப்போது கடலாக இருந்தது. மேல் பகுதி மூடப்படாத அந்தப் படகில் எப்படி எந்தப் பயமும் வராமல் போகிறோம் என்று சந்திரனுக்கே தெரியவில்லை. வானத்தின் உள்ளே ஒளிந்து கொண்டிருக்கும் நிலவும் நட்சத்திரங்களும் நிரந்தரமான வானத்தின் ஓரிடத்தில் இருப்பது போல, மனிதர்கள்தான் இந்நிலத்தில் இல்லை. அவனது பார்வைக்குக் குறுக்கே கடல் பறவைகள் பறந்தன. ஊரைப்பிரிந்து போகுமொரு இரவின் விதியில் அனைவரும் உறைந்தனர். படகு அசைந்தது. வாழ்வுதான் அசைய மறுத்தது.

அவ்வளவு வேகமாகப் படகு காரைநகரை வந்து சேர்ந்திருந்தது. ஏதோ ஒரு மிக உயர்ந்த சுவரை ஒட்டிப் படகு நிற்பது போல இருந்தது. கடலில் படகு கொஞ்சம் ஆடியபடி மிதந்தது. சுவருக்கு மேலே ஏதோ பலர் பேசுவது போலக் கேட்டது. தரையைத் தேடிய பார்வையை மேலே திருப்பியபோது பயம் வாயைப் பிளந்திருந்தது. படகில் இருந்த இராணுவத்தினர் அவன் கோட்டைப் பிடித்து எப்படி தூக்கினார்கள் அல்லது எறிந்தார்கள் என்றே தெரியவில்லை. பேரதிர்ச்சியில் கத்தியபடி உள்ளே ஒரு இராணுவத்தானால் பிடித்திழுக்கப்பட்டுக் கப்பலில் விழுந்தான்.

கப்பலில் அவ்வளவு வெளிச்சம் எல்லாம் இல்லை. அந்த இருளைக் கண்கள் பழக நேரம் எடுத்தது. யாரோ சந்திரனின் இடதுகையைப் பிடித்தபடி முதுகில் தடவினார்கள். பக்கத்தில் அப்பா நின்றார். அக்கா வழக்கம் போல அவனை இழுத்தபடிப் போனாள். அவ்வளவு பெரிய

கள்ளுவண்டி அப்பாவை எப்படி இராணுவம் தூக்கி ஏத்தியிருக்கும் என்று கற்பனை செய்யக்கூட அவனால் முடியவில்லை.

தொலைவில் வெளிச்சம் ஒரு அறை போன்ற பகுதியில் தெரிந்தது. ஏதோ ஒரு ஆங்கிலப்பாடல் குறைவான சத்தத்தில் கப்பலில் கேட்ட படி இருந்தது. மூவரும் கதிரைகளில் இருந்தார்கள். அவர்களுக்கு முன்னும் பின்னும் வலது பக்கமும் ஏராளமான இருக்கைகள் இருந்தன. ஒவ்வொரு கதிரைக்கு முன்னும் போதிய இடைவெளி இருந்தது. பெட்டிகளை அங்கேயே போட்டிருந்தார்கள்.

---

* பிபி-வாக்கு - அப்போது பிரபலமாக இருந்த, PP எழுத்துரு பதிக்கப்பட்ட பை

** யண்டை யண்டை - போங்க போங்க

7

நூறுநூறாயிரம் தோள்களின்மீது ஏறிநின்று
எனது நிலம் என உரத்துச் சொல்கிறேன்
ஏழு சமுத்திர வெளிகளைத் தாண்டி
அதன்மீது எழுகிற அலைகளைமீறி
அதனைக் கொண்டுபோய்
எங்கும் ஒலிக்கிறது காற்று
'எனது நிலம்
எனது நிலம்!'

-சேரன்

கதிரையில் இருந்து வழுக்கியபடி உடல் போக யாரோ பிடித்து இழுத்து வைத்தார்கள். வந்த தூக்கம் போன வேகம் தெரியவில்லை. கண்ணைக் கசக்கியபடிப் பார்த்தான் அப்பா கீழே அமர்ந்து தலையை மட்டும் கதிரையில் வைத்திருந்தார். நேரம் எப்படியும் பதினொன்று பன்னிரண்டு இருக்கலாம். அங்கங்கே சத்தி எடுப்பது போலப் பல சத்தங்கள் கேட்டபடியே இருந்தன.

சந்திரனுக்குப் பக்கத்தில் மகேசு செத்த நித்திரையில் கிடந்தார். கதிரையில் கிடப்பது எப்படி என்று அவரிடமிருந்து தான் கற்றுக் கொள்ள வேண்டும். சந்திரனுக்குத் தண்ணீர் விடாய்த்தது. அதைப் பசி என்று அவனால் சொல்ல முடியவில்லை. பலரின் வாந்திச்சத்தம் அவனுக்குக் கொஞ்சம் அருவருப்பாகவே இருந்தது. அவன் வயிறு அப்படியெல்லாம் இல்லை என்பது போலவே தண்ணீர் கேட்டது.

அக்காவைச் சுரண்டினான். கொஞ்சம் எரிச்சலானது போலத் தலையை ஒருமுறை சொறிந்துவிட்டுத் தண்ணிபோத்தலை பிபி-வாக்கில் இருந்து எடுத்துக் கொடுத்தாள். அப்போது பிபி-வாக்கை எட்டிப்பார்த்தான். உள்ளே ஹார்லிக்ஸ் போத்தல்களும் பாசல்களும் மட்டுமல்ல, பிடாரி கோவில் திருவிழா சோதனைப் போட்டியில் இரண்டாவதாக வந்து வாங்கிய சிகப்பு சுடுதண்ணிப் போத்தலும் இருந்தது. அக்காவைக் கோபப்படுத்தக் கூடாது என்ற பயத்தில் அவன் எதையுமே கேட்கவில்லை. அவளுக்கும் அவை களைக் கவனிக்கும் மனநிலை இருக்க வில்லை. அவன் இரண்டு மிடறு குடித்ததும் தானும் வாங்கிக் குடித்துவிட்டு போத்தலை அதே வாக்கில் போட்டாள். அந்தக் கதிரை வரிசையில் இவர்கள் நால்வருமே இன்னும் வாந்தி எடுக்காமல் இருந்தார்கள்.

சில விளக்குகளைப் போட்டார்கள். பாடலின் சத்தம் அதிகமாகியது. ஆனாலும் பெரிய சத்தம் என்று சொல்ல முடியாது. கப்பல் இந்தியக் கடலுக்கு வந்துவிட்டது. இயக்கம் அடித்தாலும் அடிக்கலாம் என்ற பயத்தில் கப்பல் அதிகத் தொலைவாக வந்து இந்தியக் கடலில் பயணிப்பதைப் பெரும்பாலும் எல்லோரும் அறிந்திருந்தார்கள். ஏன் இதைத் தாக்க வேண்டும் என்கிற சிந்தனை எல்லாம் இப்போது வாந்தியாக கப்பலின் மேலே ஓடியபடி இருந்தது. அவ்வளவு பெரிய கப்பல் என்றால் ஆட்டம் தெரியாது என்று சிலர் நம்பலாம். ஆனால் அதன் போக்கை உள்ளே உணரக்கூடியதாகவே இருந்தது. பெருகி ஓடியபடி இருந்த வாந்தி அதற்கானமேலதிகமான சாட்சியாக இருந்தது.

‘காதல் ரோஜாவே’ மெட்டில் இந்திப்பாடல் ஓடியபடி இருந்தது அப்போது. உண்மையிலேயே எந்த ஒரு மொழிப்பிரச்சினையும் இல்லாமல் அது இலங்கையில் ஒலித்தது. இந்தியக் கடலில் அதன் வீச்சு மிக அதீதமான தாக்கத்தை சந்திரனுக்கு அப்போது தந்தது. அக்காவும் தொடையில் தாளம் தட்டியபடி இப்போது உசாராக இருந்தாள். இருவர் முகங்களிலும் வேறுபட்ட உணர்வொன்று தென்பட்டது. சிரமப்பட்டு இருவரும் ஒரு கம்பீரத்தை உருவாக்க முயன்றார்கள், ஏ. ஆர். ரகுமான் இசையின் பின்னணியில். தவறு ஏ. ஆர். ரகுமான் மீதென்று சொல்ல முடியாது. அவரை அவமதிக்கும் எண்ணமும் அவர்களுக்கு இருக்கவில்லை. அக்காதான் முதலில் வாந்தி எடுத்தாள். ஒரு நொடி இடைவெளி என்று கூற உறுதியாகக் கூற முடியாது, சந்திரனும் அக்காவைப் பின்தொடர்ந்தான். அடுத்த ஒரு சில நிமிடங்களுக்கு வாந்தியின் சத்தத்தைத் தகர்க்கும் சக்தி எந்த இசைப்புயலுக்கும் இருக்கவில்லை.

இருவரும் கதிரையில் தொடர்ந்து இருக்கவே முடியாமல் தரையில் விழுந்தார்கள். விசாகர் அவர்கள் இருவரையும் தன்னுடலோடு ஒட்டி இருக்கும் வண்ணமாக ஒரு கையால் சந்திரனைப் பிடித்தபடி இருந்தார். ஆனால், பார்வையை இவர்கள் பக்கம் திருப்பாமல் கதிரையிலேயே பதித்திருந்தார். அவ்வப்போது கை இருவரின் முதுகுகளையும் தடவி விட்டது. குடித்த தண்ணீரை விடப் பத்து மடங்கு நீரை இருவரும் வாந்தியாக எடுத்தனர். அவர்களது உடைகள் நனைந்திருந்தன. பனம்பழ வாசம் எல்லாம் அந்த கோட்டில் இனிமேல் வருவதற்கான வாய்ப்பே இல்லாமல் ஆகி இருந்தது.

ஏதோ சந்திரனின் தலையில் வந்து வந்து தட்டியபடி இருந்தது. தலையைத் தூக்கவே முடியாமல் சந்திரன் கிடந்தான். அடிவயிற்றில் தொடங்கி தொண்டை வரை வலி பயங்கரமாக இருந்தது. இவைகளைத் தாண்டித் தலையில் தட்டும் ஏதோ ஒன்றின் மேல்எரிச்சலும் கோபமும் வந்தன. தலையைச் சிரமப்பட்டுத் திருப்பினான். சோயாக் கறி நிரப்பப்பட்ட ஹோர்லிக்ஸ் போத்தல் உருண்டபடி அக்காவுக்கும் அவனுக்கும் இடையில் விளையாட்டு காட்டியது. அக்காவும் அப்போது கொஞ்சம் தலையைத் தூக்கி அவனைப் பார்த்து ஒரு சிரிப்புச் சிரித்தாள். சோயாக் கறி போத்திலைப் பார்க்க இருவருக்குமே சிரிப்புதான் வந்தது. ஒரு துளி கூடப் பசி வரவே இல்லை. தொண்டை வலியைத் தாண்டி கதைக்க முடியும் என்ற நம்பிக்கை துளி கூட இல்லவே இல்லை. வாந்தி வருவதற்கு இனி வழியே இல்லை என்கின்ற நிலையில் இருவரின் உடலும் இருந்தது. அவர்களுக்கு அருகே கேட்கும் சத்தம் அவர்களுக்கும் வாந்தியை வரவழைக்கும். ஆனால், வயிற்றில் எதுவுமே இல்லை என்பதால் அவர்களுக்குப் பிரச்சினை வரவில்லை.

8

வயிற்றில் பலவீனம் என்றாலும் உடம்பில் அந்தளவு இல்லை. தலையை இந்தப்பக்கம் திருப்பினான். பெரிய பெரிய கறுப்புச் சப்பாத்தும் கையில் இரும்புத் துப்பாக்கியுமாக நூற்றுக்கணக்கான இராணுவத்தினர் இருந்தார்கள். அந்த வரிசை முழுவதுமே இராணுவம்தான் இருந்தது. எல்லோரும் ஒரே அச்சுப் போல இருந்தார்கள். உயரமும் அசைவுகளும் கூட அப்படியே இருந்தன. மகேசு தூங்கிக் கிடப்பதற்கும் அவர்கள் கண் திறந்து இருப்பதற்கும் எந்த வேறுபாடும் தெரியவில்லை. இவர்கள் ஆரம்பத்திலிருந்தே இதே கப்பலில் வருகிறார்களா இல்லை இடையில் வந்தார்களா என்று எந்த முடிவுக்கும் சந்திரனால் வர முடியவில்லை. அவர்கள் விரும்பினால் என்னவும் செய்யலாம் என்ற பீதி ஒன்று அவனுக்கே வந்தது. ஆனால், அவர்களோ சந்தையில் விற்பனைக்குப் பயந்து ஒதுங்கிக் கப்பலில் போகும் ஆடுகள் போலவே இருந்தார்கள்.

அவர்கள் தங்கள் பக்கம் திரும்புவார்களா என்று நீண்ட நேரமாக சந்திரன் பார்த்தபடி இருந்தேகளைத்துப் போனான் அவர்கள் கதிரைகள் போலவே இருந்தார்கள். சோயா போத்தல் கண்ணில் படுகிறதா என்று பார்த்தான். அக்காவுக்கு பக்கத்தில் கிடந்த பிபி-வாக்கில் இருக்கும் என்று அதில் கையை விட்டான். எண்ணெய் தனியாகப் பிரிந்த நிலையில் கறியின் நிறம் அழகாக இருந்தது. ஒரே ஒரு துண்டு சோயாவை அதே உறைப்பான மிளகாய் வாசத்துடன் வாயில் போட்டால் போதும், எல்லாக் களைப்பும் வாய் மற்றும் வயிற்றின் பிரச்சினைகளும் தீர்ந்து போகும் என்று மனம் உறுதியாகச் சொன்னது.

மிக இறுக்கமாகசொப்பின் வாக்கு வைத்து மூடப்பட்ட போத்தல் மூடியைத் திறப்பது கஷ்டமாக இருந்தது. கை பலவீனமானது போலத் தோன்றியதால் அது இன்னும் கஷ்டமாக இருந்தது இப்போது. கோட்டை மூடியில் போட்டுத் திறந்த உடனேயே முகத்தில் அடித்தது புளித்த கறி மணம். உடனே அமுக்கி மூடினபடி தலையை இரண்டு பக்கமும் திரும்பிப் பார்த்தான். பெருமூச்சோடு அப்படியே மூடி பிபி-வாக்கில் போட்டான். வழக்கமான சண்டைகளில் அக்காவின் முதுகில் அடிப்பது போல 'தொம்' என்று அடிக்கவேண்டும் போல இருந்தது. இப்போது அக்கா இருக்கும் நிலையில் 'பளார்' என்று வெளுத்து விடுவாள் என்பதால் அவள் முகத்தையே பார்த்தபடி இருந்தான். அக்கா எழும்பினால்தான் ஏதாவது வழி பிறக்கும் என்பதால் காத்திருப்பு நீண்டது. இடையிடையே நித்திரை வந்தாலும் விடிவதற்கான அறிகுறிகள் தெரிந்தன.

9

சந்திரனுக்கு எழுந்து நிற்கவேண்டும் போல இருந்தது. கப்பலில் சிலர் நடமாடினார்கள். சந்திரனும் கதிரையைப் பிடித்தபடி நின்றான். அப்படி விழுந்துபோகும் அளவுக்குக் கப்பலில் பெரிதாக ஆட்டமில்லை. பயமும் அப்போதைய உடல் பலவீனம் குறித்த சந்தேகமும் அவனுக்கு இருந்தன. மகேசு தூக்கம் கலைந்து கை இரண்டையும் மேலே தூக்கி அந்த நாளில் சரண்டர் ஆனார். கடைவாயில் வழிந்த எச்சிலைத் துடைத்தபடி ஒரு சிரிப்புச் சிரித்தார். ''சுடுதண்ணில வாய் கொப்பிளிச்சா நல்லது'' என்று சொல்லிவிட்டுப் பேரன்பான சிரிப்பொன்றை சந்திரனுக்குக் காட்டினார். ஆனால், பார்வை பிபி-வாக்கின் பக்கமே போனது. சிவப்பு சுடுதண்ணி போத்தலைப் பார்த்த பிறகுதான் அக்காவே யோசித்தாள். ஆனாலும், அதில் ஆர்வமில்லாமல் தூக்கிக்கொடுத்தாள். ''எழும்பி வாரும்'' என்றபடி சந்திரனின் கையைப் பிடித்து இழுத்தார். கதிரையில் இருந்து பிடுங்குப்பட்ட மற்றக் கையை அக்காவின் கையில் பிடித்தான். மகேசு சாதாரணமாக ஒரு கையில் சுடுதண்ணி போத்தலும் மறுகையில் சந்திரனின் கையுமாக நடந்தார். அக்கா கதிரைகளைப் பிடித்தபடியே வருவதால் சந்திரன் வேடிக்கை பார்த்தபடியே போனான். அனைத்து இருக்கைகளையும் கடந்து போனபோதுதான் பார்த்தான், இவர்களுக்கு முதலே ஒரு பத்து பதினைந்து பேர் கப்பலின் முனையின் இரண்டு பக்கமும் வேடிக்கை பார்த்தபடி நிண்டார்கள்.

கப்பலின் நடு முனைக்கும் இவர்களுக்கும் இடையில் ஒரு ஐந்தடி இருக்கும். கடல் காற்று சற்று ஆறுதல் தருவதாக இருந்தது. சூரிய

ஒளி கடலில் விழுந்து நீல நீரைக் கண்ணாடி போலாக்கியது. மீன்கள் செங்குளமும்பி வளர் பிறை போல வளைந்து முகம் குப்புறக் கடலில் விழுந்தன. கடலிலேயே துள்ளி, கடலிலேயே வீழ்ந்து போக வாழ்க்கை மீனுக்கு வாய்த்திருக்கிறது. பிறக்கும் நிலத்தில் வாழும் சுகத்தை இந்தக் கப்பலில் உள்ள எவரும் இனி அறியார்.

ஊரின் பிடாரி கோவிலுக்கு வலது திசையில் இருக்கும் கடல், வருடத்தில் சில நாட்களில் வற்றுவதுண்டு. கிட்டத்தட்ட ஒன்றிரண்டு கிலோ மீட்டருக்கு நீர் கணுக்கால் உயரத்தில் கிடக்கும். மட்டிதான் அதிகம் பொறுக்குவார்கள். சின்னச் சின்ன நண்டுகளும் கிடைப்பதுண்டு. சின்ன நண்டுகளைப் போட்டு வைக்கும் சொதிக்கு இணையான சுவை வெறெதிலும் இருப்பதில்லை. அந்தக் கடல் கணுக்கால் உயரத்தில் கிடந்தாலும் நேரம் ஆகி சூரியன் எழ எழ அதுவும் உயர்ந்துகொண்டே வரும். ஒன்பது ஒன்பதரைக்கு மேல் தண்ணீர் பொதுவான உயரத்தை நோக்கி வந்து விடும். எவ்வளவு உள்ளே கடலுக்குள் போனாலும் தண்ணீர் உயர்வதை உணர்ந்து பின்வாங்கியபடியே இருப்பார்கள். இனிமேல் கடல் என்னதான் சந்திரனின் வீட்டு வாசலில் வந்து 'என் அலைகளில் கால் நனை' என்று சொன்னாலும், சந்திரன் தன் பாதங்களை இந்தக் கடலுக்கு ஒப்புக் கொடுக்க மாட்டான். கடலின் நீர் எல்லாம் ஏதிலிகளின் கண்ணீர் என்று அறிவதற்கு இந்தப் பயணம் அவனுக்கு உதவியது.

அவ்வளவு துயர்களை சுமந்து போகிற அந்தக் கப்பல் மட்டும் அநீதியான பேரிரைச்சலோடு சந்தோசமாக இருந்தது.

10

கப்பலில் வந்த பெரும்பாலானோர் ஒரு திருகோணமலை லொஜில் தங்கினார்கள். இவர்களுக்கு ஒரு நல்ல பெரிய அறை கிடைத்தது. ஒரு பெரிய கட்டிலும் மற்றுமொரு சின்ன கட்டிலும் இருந்த நீட்ட அறை அது. அறையில் இருந்து வெளியே வந்தால் நீண்ட அறைபொதுவாக இருந்தது. அதிலிருந்து பார்த்தால், தென்னை, மாதுளை எல்லாம் இருக்கும் தோட்டம் தெரிந்தது. எப்போதாவது ஒரு ஓட்டோ சத்தம் தவிர எந்தச் சத்தமும் பெரிதாக இல்லாமல் அமைதியாகவே இருந்தது.

விசாகர் மகேசுவுடன் போய் பென்ரா நெக்ரோ இரண்டும் வாங்கி வந்தார். பதினைந்து இடியப்பமும் அந்த பிபி-வாக்கில் வந்திருந்தது. கப்பலிலேயே நாறிப்போன இரண்டு சோயா மற்றும் பருப்பு ஹார்லிக்ஸ் போத்தல்களையும், புட்டு பாசல்களையும் அப்படியே கொண்டுபோய் எறிந்து விட்டார் விசாகர். அதே பிபி-வாக்கில்தான் இவைகள் திரும்ப வந்தன. சோடா குடிப்பதில் அதிக விருப்பம் இருந்தது. ஊரில் சோடாவே கிடையாது. சோடா எப்படி இருக்கும் என்பது சந்திரனுக்குத் துளி கூடத் தெரியாது. முழுப்போத்தலையும் தனதாக்கி வைத்திருந்தான்.

சந்திரனுக்கும் அக்காவுக்கும் தொண்டையில் கடுமையான வலி இருந்தது. சத்தமாகக் கதைக்க முற்படும்போதோ அல்லது தொடர்ந்து சிரிக்க முயன்றாலோ அடி வயிற்றில் ஒரு வலி தெரிந்தது. இவர்கள் மூவரும் சாப்பிட்ட பிறகும் கூட ஐந்து இடியப்பம் மிஞ்சி இருந்தது. மகேசு கொஞ்சம் சிறிய அறை என்றாலும் தனி அறையில்

பொருட்கள் வாங்குவது குறித்து தீவிரமான பட்டியல் வேலையில் இருந்தார். இடியப்பம் மட்டுமே அல்ல, எதையும் வீணாக்காமல் கொண்டு வரும்படி அன்புக் கட்டளை இட்டு உடனேயே சாப்பிட்டு முடித்தார்.

அடுத்த நாள் மத்தியானம் பென்ரா மற்றும் நெக்ரோ சோடா போத்திலைக் கொடுத்துவிட்டு சாப்பாடு வாங்கி வர மகேசுவுடன் சந்திரனே போனான். கொஞ்சம் பிடிவாதம் என்றாலும் இந்த மாதிரி வெளியே போய் வருவதில் சந்திரனுக்கு ஆர்வம் அதிகம் என்பதால் அவனே மகேசுவுடன் போவதாக பிபி-வாக்குடன் தயாராகி விட்டான். லொஜுக்கு வெளியே சற்று சீமெந்து தரைபோல றோடு இருந்தது. அங்கிருந்து நடந்துபோகும் தொலைவிலேயே ஒரு சாதாரணப் பெட்டிக்கடை ஒன்றிருந்தது. அது ஒரு தமிழ்க் குடும்பத்தின் கடை. அவர்கள் இப்படி வருவோருக்கு வீட்டிலேயே சாப்பாடு செய்து விற்பது மற்றும் உடுப்புகளை லொஜுக்கே கொண்டு வந்து விற்பது போன்ற தொழிலையே செய்து வந்தார்கள். கடையை ஒட்டிப் பின்பக்கமே அவர்களின் வீடு இருந்தது. சந்திரன் இரண்டு நெக்ரோ சோடா வாங்க விரும்பினாலும் கடைசியில் ஒரு நெக்ரோசோடாவை வாங்கினான். அப்பாவைச் சமாளிக்கலாம் என்று ஒரு நம்பிக்கை இருந்தது. சோத்து பாசலில் இருந்து வந்த பருப்புக் கறியின் வாசம், ஊரிலிருந்து வந்து இன்னும் ஒழுங்காகச் சாப்பிடாத சந்திரனை மிகவும் நாக்கூற வைத்தது. ஊரில் இப்படியான பருப்புக் கறியைக் கண்டு இரண்டு வருடங்கள் இருக்கும். தொண்டையில் வலி குறைந்திருந்தது. வயிற்றில் லேசான வித்தியாசம் இருந்தாலும் வலி இருக்கவில்லை. இவர்களின் காசிலேதான் மகேசுவின் சாப்பாடும் போனது. அவர்கள் அதைக் கவனிக்கவே இல்லை.

சாப்பாட்டு பாசலைப் பிரித்ததும் பருப்பு மஞ்சளாகவும் பீற்றூட் சிவப்பாகவும் பாதி வெள்ளைச் சோற்றை நிறம் மாற்றி இருந்தது. மஞ்சள் சோற்றுப் பகுதியைத் தனக்குத் தருமாறு சந்திரன் அக்காவிடம் கேட்டே விட்டான். அவனுக்கு அப்போது அது மட்டுமே போது மானதாக இருந்தது. தான் சாப்பிடும் தட்டிலிருந்தே மீனை ஆய்ந்து அவனுக்கும் போட்டாள் தாரணி. அவன் பருப்பின் சுவையில் முழுவதுமே ஊறி இருந்தான். ஒரு சில வேர்வைத் துளிகள் மூக்கில் இருக்க, அவன் முகம் பூரிப்பாக மலர்ந்து இருந்தது. தலையைத் தூக்கி அப்பாவைப் பார்க்க அவனுக்குப் புது வெட்கம் ஒன்று வந்தது. அவர் அவனைப் பார்க்காதது போல மீன் கறியைப் பிணைந்து முழு வீச்சில் அடித்தபடி இருந்தார். கையைக் கழுவாமலேயே அதே பருப்பு

வாயுடன் அவன் நெக்ரோவைக் குடிக்கத் தொடங்கினான். இப்போது நொருக்கு விழ வேண்டிய நேரம் என்றாலும் அவனை அப்படியே பார்க்கத்தான் அக்காவும் அப்பாவும்கூட விரும்பினார்கள்.

நாளை கொழும்பு போக ஏற்பாடுகளை மகேசு செய்து கொடுத்தார். மகேசு வரமாட்டார் என்றாலும் கொழும்பில் நிறைய பேர் இருக்கிறார்கள் விசாகருக்கு. எதில் போகிறோம் என்பதை சந்திரனுக்குத் தெரியாமல் இருக்கட்டும் என்றே பேசாமல் இருந்தார்கள்.

II

அவன் எப்படியும் வந்து விடுவானென்று நம்பினேன்
குண்டு வீச்சு விமானங்களுக்கும்
எறிகணைகளுக்கும்
விசாரணைச் சாவடிகளின்
கண்களுக்கும் தப்பி.
அவனது ஒளிபொருந்திய புன்னகையை
எதிர்கொள்ள
இருண்ட தெருக்களைக் கடந்துவந்தேன்.

-தமிழ்நதி

சந்திரனுக்கு எப்போதும் தலையில் முழுகுவதென்பது பெரும் பயங்கரமான ஒரு விவகாரம். அவனை முழுக வைப்பதென்றால் எப்போதும் அக்கா இருந்தாக வேண்டும். உள்ளங்கைகள் இரண்டையும் நெற்றியோடு அழுந்த வைத்து, தலையில் இருந்து வடியும் நீர் கண்ணில் விழாமலும் முகத்தை மூடாமலும் இருக்கும்படிப் பார்த்துக் கொள்வான். கடைசிச் சொட்டுத் தண்ணீர் வற்றும் வரையும் கைகளை எடுக்கவே மாட்டான். சவர்க்காரம் போட்டுத் தண்ணீர் ஊற்றிக் கடைசியில் தலையில் துவாயைப் போட்டால்தான் நிம்மதிப் பெருமூச்சு விடுவான். அவனைக் குளிக்க வைக்க இருக்கும் ஒரே சுலபமான வழி தோட்டத்தில் குளிக்க வைப்பதுதான். மிளகாய்த் தோட்டத்திலிருக்கும் துலா மூலமாகத் தண்ணீர் இறைத்தால் சந்தோசமாகத் தன்னை மறந்து தண்ணீரில்

கிடப்பான். தண்ணீர் இறைத்து இறைத்துச் சற்றுக் குழி போன்ற பகுதி உருவாகி விடும். அதில் கிடக்கும் சிறிய கற்கள் கூட நீரால் மறுபடி மறுபடி அலசப்பட்டுப் பளிச்சென்று இருக்கும். அவன் களைத்து போகும் வரை தாரணி தண்ணீர் இறைப்பதை நிறுத்துவதில்லை. தாரணியின் கைகள்தான் துலாவை இறைத்தலில் சிவந்து போகும். அதற்கும் தம்பியிடம் சொல்ல, 'துவாயின் கலர் சாயம் அப்புது' என்று ஒரு பொய் வார்த்தை வைத்திருந்தாள்.

விசாகர் தோட்டத்தில் தனிமையில்தான் எப்போதும் கள்ளுகுடிப்பார். கடைசியில் போத்தலைப் பக்கத்து வேலியால் போட்டு விடுவார். அவர் வெறியில் போடுவதால் சில போத்தல்கள் கிளுவை வேலியில் சிக்கி, கீழே விழாமல் அப்படியே இருக்கும். அதை சந்திரன் கண்டுவிட்டால் அன்று முழுவதும் அவனுக்குச் சிரிப்பு அடக்க முடியாமல் வரும். தோட்டத்தில் அதைக்கடந்து போகும் மட்டும் அவனின் பார்வையைத் திருப்ப, தோளில் கையூன்றியபடியே இரண்டு கன்னத்திலும் இரண்டு பக்கமாக மாறி மாறித் தட்டி நேரே தலையைப் பிடித்துக் கூட்டிப் போவாள் தாரணி.

அப்பாவுக்கு எதிரான சிரிப்பு எப்போதும் அக்காவின் முதுகோடுதான் நடக்கும். ''கள்ளு வண்டி வருது'' என்றபடி அவளைத்தாண்டி அறைக்குள் ஓடும்போது சத்தம் வரும்படியும் நோகாமலும் அவனை அடிப்பது அவள் கையின் பழக்கம். திருகோணமலை லொஜில் முதன்முதலாக மேலே இருந்து தண்ணீர் கொட்டும் பைப்பைப் பார்க்க அவனுக்குப் புதுமையாக இருந்தது. பைப்பைத் திறந்தவுடன் இரண்டு உள்ளங்கையையும் நெற்றியோடு ஒட்ட வைத்துப் பிடித்துக் கொண்டான். அவன் தலையில் தனியே முழுகி வந்த உற்சாகத்தில் தாரணி முன் போய் நின்றான். அவள் அவனின் வீரச்செயலைக் கொஞ்சமும் கணக்கெடுக்காமல் தலையைத் துடைத்து விடுவதிலேயே கவனமாக இருந்தாள். ரெயிலுக்கு நேரமாகிக் கொண்டிருந்தது.

பலருக்கும் நீண்ட ரெயிலை முழுவதுமாகப் பார்க்கக் கிடைப்ப தில்லை. பலர் நடுவில் நின்று இரண்டு பக்கமும் தலையைத் திருப்பிப் பார்ப்பார்கள். ரயிலில் செல்வதைவிட சுவாரசியமான நீண்ட பயணம் இல்லை என்றே சொல்லலாம். ரயில் புறப்பட்டுச் சில அடிகள் போனதுமே சோடாக்களைக் கையில் பிடித்து அதன் மூடியைத் திறக்கும் தெண்டியால் போத்தலைத் தடவி 'ட்ரிங் ட்ரிங் ட்ரிங்' என்று ஒலி எழுப்பியபடி சிலர் நடந்து திரியத் தொடங்கினார்கள். உடனேயே அதைக் கேட்டதால் விசாகர் ஏனோ கோபப்பட்டு முறைத்தார். அப்போதைக்கு பொறுக்கச் சொல்லி

கண்ணைக்காட்டிய அக்கா பென்ரா ஒன்றை வாங்கி அவன் கையில் கொஞ்ச நேரத்திலேயே கொடுத்து விட்டாள். அதன் குளிர்மை கைகளில் வழிய வாய் வைத்து உறிஞ்சி உறிஞ்சிக் குடித்தான்.

ரயில் உயரமான பாதையில் போவது போல இருந்தது. ரயிலின் பக்க யன்னல் வழி பார்க்கும்போது கிராமங்கள் மிகக் கீழே தூரமாகத் தெரிந்தன. பல இடங்களில் மரங்கள் நிறைந்துகிடந்தன. ஒரு வீடு என்றால் அதைச்சுற்றி மரங்கள் மிக அதிகமாக இருந்தன. வயல்கள், சிறிய புத்த கோவில்கள் எல்லாம் ஒரு அட்டையில் வரைந்து பார்க்கும் அளவுகளிலேயே தெரிந்தன. சற்று நேரத்திற்கெல்லாம் கூட்டம் கூட்டமான வீடுகளைக் காணக்கூடியதாக இருந்தது. அதில் ஒவ்வொரு வீடும் புதிய புதிய நிறங்களில் இருந்தன. இப்படி கலர் கலரான வீடுகளை சந்திரன் பார்த்ததில்லை. கலர் கலரான கார்ப்போட் பெட்டிகளை அடுக்கியது போலக் கண்ணைவிட்டு நீங்காத நிறங்களில் வீடுகள். சில பள்ளிக்கூடங்கள் கூடத் தெரிந்தன. வெள்ளை ஆடையில் கூட்டம் கூட்டமாக மாணவர்கள் கொடியேற்றியபடி நின்றார்கள். பெரும்பாலும் எங்கேயும் பெரிய காடாகத் தென்படவே இல்லை. ஆங்காங்கே வீடுகள், விவசாய நிலங்கள், சைக்கிளில் மிக மெதுவாகப்போகும் மனிதர்கள் என்று எதையும் தவறவிட அவனுக்கு விருப்பமே இருக்கவில்லை. ரயிலில் இருந்தும் ரயிலைப் பார்க்க முடியாமல் ரயிலால் எல்லாவற்றையும் பார்த்தான்.

மொத்தக் கவனமும் ரயிலுக்கு வெளியே இருந்தது. முதுகைத் தட்டியும் அவன் திரும்பாததால் கையைப்பிடித்து அதில் பேப்பர் சுருள் ஒன்றைத் தந்தாள் தாரணி அக்கா. மிகச்சிறிய வடைகள் நிறைந்திருந்தன, அந்தச் சிறிய சுருளுக்குள். பத்து வடைகளுக்கு மேல் கிடந்தன. ஒவ்வொரு வடையும் அவ்வளவு சிறியதாக இருந்தது. கூடவே நான்கைந்து மிளகாய் வத்தலைக் கருக்கி அதில் போட்டிருந்தார்கள். ஒவ்வொரு வடையும் அப்படியே வாய்க்குள் எறியக்கூடியதாக இருந்தது. வடையில் எல்லாம் இப்படி வித்தியாசமான சுவையை அவன் அப்போதுதான் உணர்ந்தான். சரஸ்வதி பூசை திருவெம்பா நாட்களில் எப்போதாவது வடையை சாப்பிட்டு இருந்தாலும் இதன் சுவை மாறுபட்டே இருந்தது. கையில் இருந்த சோடாவை அக்கா எப்போது பிடுங்கினாள் என்ற ஞாபகமே அவனுக்கு இருக்கவில்லை. அவன் அப்போது இருந்த வேடிக்கை பார்க்கும் மனநிலையில் வடையை கேட்டாலும் யாருக்கும் கொடுத்திருப்பான். கண்கள் களைத்திருந்தன. எல்லாக் காட்சிகளும் முன்னும் பின்னுமாகத் தலையைச் சுற்றி ஓடியபடியே இருந்தன. அப்படியே சாய்ந்து தூங்கிவிட்டான்.

டொல்பின் வேன் ஒன்றுடன் குமார வந்திருந்தான். அவர்களை கலாதீபம் லொஜில் விடும் பொறுப்பு குமாரவிடம் விடப் பட்டிருந்தது. மக்கள் கூட்டம் இருந்தாலும் விசாகரை மிகச் சரியாகவே றைவர் அடையாளம் கண்டிருந்தார். விசாகர் 1983 வரை கொழும்பில் கலாதீபம் லொஜ் முதலாளியின் மற்றொரு கடையில் வேலை செய்தவர்தான். ஊரோடு வந்த பிறகு தனக்கு எந்த வகையிலும் பழக்கம் இல்லாத மிளகாய்த் தோட்டத்தில் இறங்கி ஓரளவு நன்றாகவே பிழைத்தார். மனம் விரும்பிச் செய்யத் தொடங்கினால் எல்லாமும் வரும் என்று அவர் செய்தும் காட்டினார். றைவர் அதே பழைய சினேகத்துடன் பார்த்துச் சிரித்தார். கைகளைப் பிடித்தபடி அப்படியே பேசாமல் நின்றார்கள். இவர்கள் இருவரும் எப்போது கையை விடுவார்கள் என்பது போல சந்திரனைப் பார்த்து சிரித்தபடி குமார நின்றான். குமார ஒரு சிங்களவன் என்றபோதும் கொழும்புத் தமிழ் பேசுவான். எப்படி தமிழ் எழுத வாசிக்கத் தெரியாதோ அதேபோல அவனுக்கு சிங்களமும் எழுத வாசிக்கத் தெரியாது.

கொழும்பு சாலைப்பயணம் மிக வேகமும் நேர்த்தியுமாக இருந்தாலும் ஆங்காங்கு இராணுவத்தினர் நின்றார்கள். ஆனால் பொலிஸ்காரர்கள் கண்ணில் படவே இல்லை. 'முதலாளி சொல்லி இருந்தார்' என்றபடி வரவேற்ற பஞ்சவர்ணம் விசாகருக்கு அறிமுகமற்றவர்தான். அவர்களை வரவேற்ற விதம் கொஞ்சம் அதிகமான பாவனைகள் கொண்டிருந்ததைப் பார்க்க குமாரவுகே சிரிப்பு வந்தது. இரண்டு சாப்பாட்டு பாசல்களை வாங்கி வர குமார அவசரமாக நடந்தே போயிருக்க, இவர்கள் அறைக்குள் போய்ச் சேர்ந்தார்கள். றைவர், ''கடைக்கு வாங்க பேசுவோம்'' என்றபடி டொல்பினுடன் போய் விட்டார். கலாதீபம் லொஜிலிருந்து கடைக்குப் போக பத்து அல்லது பதினைந்து நிமிட நடை போதுமானது. குமார நடந்தே போய் விடுவான் என்று சொல்லி விட்டுத்தான் டிரைவர் போயிருந்தார்.

பெரிய பெரிய பருப்புகளும் பெரிய பெரிய முட்டைளும் பெருத்த சோற்று பாசலும் அன்றையத் தூக்கம் முழுவதும் ஆக்கிரமித்திருந்தது.

12

லொறிகளின் சத்தம் காதுகளில் விழுந்தபோது விடிந்திருந்தது. வெளியே எப்படி இருக்கும் என்று சந்திரன் யோசனையில் கிடந்தான். விசாகர் குளித்து வந்து கொஞ்சம் திருநீற்றை நெற்றியில் சில நிமிடங்கள் தேய்த்தபடி இருந்தார். எப்போதும் அவர் நெற்றியில் திருநீறு தெரிவதில்லை. அவ்வளவு நேரம் தேய்ப்பதால் கோடுகள் தெரிவதற்கு எந்த வாய்ப்பும் இல்லை. பவுடர் கொஞ்சம் நெற்றியில் காய்ந்த தோற்றம் இருக்கும். அது திருநீறு என்பது அவருக்கு மட்டுமே தெரியும். ''நேரத்துக்கு குளியுங்க பிள்ளையள்'' என்றபடி வேட்டிக்கு அவசரமாக மாறினார். சந்திரனும் அக்காளும் கண்ணைக் காட்டியபடிக் கட்டிலில் இருந்து இறங்கி வெளியே வந்தார்கள்.

அறைக்கதவைத் திறந்த உடனேயே பல்வேறு மனிதர்களின் என்னவென்றே விளங்காத பேச்சுகள் கேட்டுக்கொண்டே இருந்தன. அவ்வப்போது லொறிகளில் கோன் அடித்தார்கள். இருவரும் வாசலை எட்டிப்பார்க்க சிறிதளவே திறந்திருந்த இரும்புக் கதவில் நின்றபடி பஞ்சவர்ணம் டீ குடித்து மறைத்தார்.

இருவரும் குளிக்கும் அறைகளைத் தேடி லொஜ் உள்பக்கமாக நடந்தார்கள். சில அறைக் கதவுகள் கொஞ்சம் நீக்கி இருந்தன. யாராவது சிலர் மட்டுமே கழிவறைக்குப் போய் வந்தார்கள். குளியல் அறைகள் இரண்டிலும் 'சோ' என்ற சத்தம் கேட்டபடி இருந்தது. இருவரும் கழிவறைக்குச் சென்றார்கள். கழிவறைக்கு உள்ளே பைப் லைன் எதுவும் இல்லை. வாளிகள் ஒவ்வொரு அறையிலும் இருந்தன. அறைகளுக்கு முன் ஒரு தொட்டி கட்டி இருந்தார்கள்.

அதில் ஒரு வாளி எடுத்துக்கொண்டு கழிவறைக்குப் போக வேண்டும். அப்படியே தண்ணீரை அள்ளித் தூக்கி வைக்கும் தூரம் என்பதால் அவர்களுக்கு அது பிரச்சினையாக இல்லை. ஒரு கழிவறையில் யாரோ சுருட்டு பிடித்தபடி இருந்தார்கள். இவர்கள் எந்தப் பிரச்சினையும் இல்லாமல் போய் வந்தார்கள்.

வரும்போது குளியல் அறையை நோட்டம் விட்டார்கள். எந்த அறையும் திறக்கவில்லை. தண்ணீர் கொட்டும் சத்தமே பலமாகக் கேட்டபடி இருந்தது. ஊரில் கிணற்றில் இருந்து ஒவ்வொரு வாளியாக இழுத்துத் தலையில் ஊற்றுவதற்கும் தொட்டியில் இருந்து அள்ளி அள்ளிக் கணக்கு வழக்கு இல்லாமல் ஊற்றுவதற்குமான சந்தோசம் கொஞ்சம் அக்கா முகத்தில் தெரிந்தது. சந்திரனுக்குக் குளிக்கும் எண்ணமே இல்லை. தண்ணீரில் இருந்த ஆசுப்பத்திரி வாசனை அவனுக்குக் கொஞ்சம்கூடப் பிடிக்கவில்லை. அது குளோரின் தண்ணீர். நீரைச் சுத்தமாக்க அதில் கலக்கப்படும் குளோரின் வாசனை அவனுக்குக் கழிவறையின் பிரச்சினையை விடப் பெரிய பிரச்சினையாக அப்போதே இருந்தது.

இவர்கள் குளியல் அறையை நோக்கி நிற்பதைப் பார்த்த ஒரு பெண், ''பிள்ளையள் இன்றைக்கு நாங்க ஜிந்துப்பிட்டி முருகனுட்ட போறம். கொஞ்சம் பிறகு வந்து குளியுங்க'' என்றாள். ஏழாம் நம்பர் அறையிலிருந்து சத்தம் வந்தாலும் அக்காவைத் தெளிவாகப் பார்க்க முடியவில்லை. அறைக்கதவில் அக்காவின் கை ஒரு சோடி பவுன் காப்புடன் இருந்தது. ''முகம் கழுவத்தான்'' என்று தாரணி அக்கா சொல்லி முடிப்பதற்குள் குளியல் அறையில் இருந்து ஒரு ஆண் தலையில் துண்டால் மூடியபடி அவசரமாக வந்து போனார். கையில் நனைந்த துண்டும் லக்ஸ் சவுக்காரமும் இருந்தன. குளித்துவிட்டுக் கட்டியிருந்த சறம் உடலின் ஈரத்தில் அப்படியே ஒட்டி ஈரம் வடிந்தது. நடந்தபடியே தலையைத் துடைத்தபடிப் போய்க்கொண்டிருந்தார். தாரணி தாமதிக்காமல் உடனே குளியல் அறைக்குள் புகுந்து கதவைச் சாத்தாமலேயே முகம் கழுவத் தொடங்கினாள். சந்திரனுக்கு அப்போது கொஞ்சம் ஆறுதலாக இருந்தது. அக்காவைத் தொடர்ந்து தானும் அதை விட வேகமாக முகம் கழுவினான். குளியலறைக்கு வருவதற்குத் தனியாக ஒரு பயிற்சி தேவையா இருக்கும் போல இருந்தது. குளியலறை வாசலில் நைட்டியை முட்டிக்கால் வரை தூக்கிக் கட்டியபடி நின்ற ஏழாம் நம்பர் அறை அன்ரியின் கையில் பல்வேறு குளியலறை ஆயுதங்களுடன் ராணி சோப்பும் இருந்தது.

பஞ்சவர்ணம் தனது மிகப்பெரிய கணக்குப் பதிவு நோட்டொன்றை மிகத் தீவிரமாக ஆராய்ந்து கொண்டிருந்தார். அதில் புதிதாக வந்த

விசாகர் குடும்பம் இணைக்கப்பட்டிருந்தது. விசாகர் கலாதீபம் லொஜ் முதலாளியின் தூரத்து உறவென்பதால் அரை நாள் கணக்கைப் பெரிய மனது வைத்து விட்டுக்கொடுத்து மறுநாள் காலையிலிருந்து பதிவெழுதி வைத்தார். இதில் அவருக்குச் சில சட்டச் சிக்கல்களும் இருந்தன. கொழும்பில் எந்த லாட்ஜில் யார் வந்து தங்கினாலும், அதாவது தமிழர்கள் வந்து தங்கினால், உடனடியாக அருகில் இருக்கும் பொலிஸில் பதிய வேண்டும். அந்த பொலிஸ் பதிவு இல்லாமல் இருந்தால் காவல் துறை கைது செய்ய முடியும். அதன் பிரதிபலனாக விசாரணை இன்றிப் பல ஆண்டுகள் சிறையில் தள்ள விரும்பினால் அதற்கும் அங்குள்ள சட்டம் துணையா இருந்தது. கடமையைச் சரிவரச் செய்ய பல அதிகாரிகள் இப்படியான பணிகளை முன்னெடுப்பதால் தமிழர்கள் மிகக் கவனமாகச் சட்டத்தைப் பின்பற்றினார்கள்.

பஞ்சவர்ணம் இவர்களை பொலிஸ் பதிவுக்கு அழைத்துச் செல்ல தயாரானதும் அவரால் ஒரு இடத்தில் அமர முடியவில்லை. விசாகப்பெருமாள் பிள்ளைகளுடன் வந்த உடனேயே அவசரமாகத் தனது இருக்கையில் இருந்து ''ஐடென்டி கார்ட்டுகளை எடுங்க'' என்றார். அவரால் ஒரே நேரத்தில் கடுமையையும் மிக அநாயசமான நெளிவையும் தரக்கூடியஉடல் நளினம் இருந்ததை தாரணி தெளிவாகக் கண்டாள். அடையாள அட்டைகளை இரண்டு பக்கமும் திருப்பி மிகத் தீவிரமாக ஆராய்ந்தார். தவறாக ஏதாவது இருந்தால் அவரை ஆராய்ந்து விடுவார்கள் என்பதால் அவருடைய பிரச்சினை அவருக்கு இருந்தது. பதிநான்கு வயதாக இருந்ததால், அவன் தோற்றம் இன்னும் வயசு குறைந்தவன் போல இருந்ததால், சந்திரனுக்கு அடையாள அட்டை இல்லை.

பஞ்சவர்ணம் கொஞ்சம் கொஞ்சமாக இயல்பு நிலைக்கு வந்தார். ''ஒண்டும் பிரச்சினை இல்லை, போவமா'' என்ற பஞ்சவர்ணம் சறத்தில் வருவதை தாரணியும் சந்திரனும் ஒரு மாதிரியாகப் பார்த்தார்கள். கொழும்பில் சறத்தில்தான் பெரும்பாலான கடை ஊழியர்கள் சுற்றுவார்கள். அவர்களின் கடைகள் அப்படியான பகுதியில்தான் இருந்தன. ஆனால், நல்ல சுத்தமான புதிய சறங்களைத்தான் வெளியில் போகும்போது கட்டுவார்கள்.

பஞ்சவர்ணம் முன்னால் போக விசாகர் குடும்பம் பின்னால் போனது. லொறிகள் கூலித்தொழிலாளிகளைக் கடந்து போவதற்கு அந்த நேரம் சிரமமாகவே இருந்தது. மூட்டைகளைக் கையிழுப்பு வண்டிகளில் வைத்து ஒருவர் இழுக்க ஒருவர் தள்ளுவதுமாகப் பல வண்டிகள் குறுக்கும் நெடுக்குமாக அந்தத் தெரு முழுவதும் பரபரப்பாகவே

இருந்தன. அந்த ஒரு தெருதாண்டி அவர்கள் வலதுபக்கம் போக வேண்டி இருந்தது. பெட்ரா பொலிஸ் ஸ்டேசன் போக இடதுபக்கம் போனால் இன்னும் கடைகள் நீளும். அதில் பல வெங்காய உள்ளி உருளைக்கிழங்குக் கடைகளும் தொழிலாளர்களின் ஓட்டமுமாகவே இருக்கும். பஞ்சவர்ணம் இடையிடையே திரும்பிப் பார்த்தாலும் நடையில் ஒரு வேகம் இருந்தது. சந்திரன் இவர்களின் பாதையை விட்டு விலகுவதுபோலக் கொஞ்சம் சுற்றிச்சுற்றி வந்து இணைந்து கொண்டான். முதலில் முறைத்து பார்த்த தாரணி அந்த எண்ணத்தைக் கைவிட்டு அப்பாவின் வேட்டியைத் தொடர்ந்து கால் வைத்தாள்.

போகப்போக இராணுவத்தினரின் கண்காணிப்பு வீதி எங்கும் நிறைந்திருந்தது. காவல் நிலையத்துக்கு ஒரு கிலோ மீட்டர் தொலைவில் இன்னும் பாதுகாப்பு பலமாக இருந்தது. பஞ்சவர்ணம் ஒரு இராணுவ அதிகாரியிடம் சிரித்தபடி, கொஞ்சம் பம்மி, கையில் இருந்த அடையாள அட்டைகளைக் காட்டினார். அவர் இவர்களைப் பார்த்தபடிக் கீழே குனிந்து காலிலிருந்து மேலே தலைவரை நீண்ட ஆராச்சியில் இருந்தார். இடையிடையே அடையாள அட்டைகளைப் பார்க்கவும் மறக்கவில்லை. கடைசியில் ஒரு எரிச்சலான பார்வையுடன் அடையாள அட்டைகளை மேசையில் தூக்கிப் போட்டார். அது 'தூக்கிக்கொண்டு போ' என்பதற்கான செய்தி என்பதை அனுபவத்தில் உணர்ந்திருந்த பஞ்சவர்ணம் உடனடியாக அவைகளை எடுத்தபடி இவர்களைப் பார்த்து ஒரு முறைப்பான சிரிப்பை உதிர்த்து நடந்தார்.

அடுத்த பத்தடி தூரத்தில் இருந்த பொலிஸ் காவலரணில் இவர் களுக்கு முன் இருபது பேருக்கும் மேல் நின்றார்கள். பஞ்சவர்ணம் மிக அமைதியாக அந்த வரிசையில் இணைந்து கொண்டார். இவர்களும் அவரைத் தொடர்ந்து நின்றார்கள். அவருக்குப் பின்னால் அந்த வரிசை நகர்வதற்கான எந்த அறிகுறியும் தெரியவில்லை. ஒரு பொலிஸ்காரரும் ஒரு இராணுவத்தினனும் இவர்களை வேடிக்கை பார்த்தபடி அவ்வப்போது சிரித்துப் பேசினார்கள். ஒருவரை ஒருவர் எதற்காகவோ அடித்துக்கொண்டு சிரித்தார்கள். எல்லோருடைய கண்களையும் அவ்வப்போது கவனித்து ஏதோ பேச முயல்வதுபோல பாவனை செய்தார்கள். பெண்களைக் கடந்து அவர்கள் பார்வை போக நிறைய நேரம் எடுத்தது. தாரணி தரையைப் பார்த்தபடி நின்றாள். நேரம் அதிலேயே கரைந்து கொண்டிருந்தது. வெய்யில் ஏறத் தொடங்கி அதிகமான சூட்டை தரத் தொடங்கியது. காவலரணில் இருந்த இருவரும் மாற்றி மாற்றி ஒருவர் காவலில் ஒருவர் சாப்பிட்டார்கள். காலையில் பொலிஸ் பதிவைப் பதிந்து விட்டால் நிம்மதியாக இருக்கலாம் என்று பலரும் சாப்பிடாமல் வந்திருந்ததால் அந்த இடமும் நேரமும் அவர்களை வதைத்தன.

இரண்டு மணி நேரக் காத்திருப்புக்குப் பிறகு பத்துப் பத்துப் பேராகப் பிரித்து உள்ளே அனுப்பத் தொடங்கினார்கள். வாசலிலேயே அவர்களுக்கு ஒரு புதுமையான வரவேற்பு கிடைத்தது. இவர்கள் வாசலுக்கு அருகே போகும்போது மிகச்சரியாக ஒருவன் வந்து விழுந்தான். அவன் பின்னாலேயே வந்த ஒரு பொலிஸ்காரன் அவன் தலையை அந்த வாசல் படியோடு சேர்த்து தனது சப்பாத்து காலால் அடித்தான். அவன் சத்தமிடவே இல்லை. முகத்திலிருந்து இரத்தம் வடிய, தலையை மட்டும் தூக்க முயன்றான். மறுபடியும் அவனை உதைக்க கால் ஓங்கிய பொலிஸ்காரன் இவர்களை எரிச்சலாகப் பார்த்தபடி நின்றான். இவர்களைத் தள்ளி விடுவது போல விலக்கிய படி வந்த இரு இராணுத்தினர் அப்படியே அவனைக் கைகளில் பிடித்து இழுத்தபடி ஒரு றக்கை நோக்கிப் போனார்கள்.

பஞ்சவர்ணம் அவசரமாக ஒரு கையால் சலாம் போட்டு அந்த பொலிஸ்காரனைக் கடந்து போனார். அவன் அதற்கும் முறைத்தபடித் திரும்பித் தன் இருக்கைக்குப் போனான். இவர்கள் மூவரும் கொஞ்சம் பயந்து பின்னே போய் நிற்பதைப் பார்த்து வந்த எரிச்சலைக் காட்ட முடியாத நிலையில், ''அட வாங்க'' என்றபடி அவர்களை அங்கிருந்த மூன்றாவது மேசைக்கு அழைத்துப் போனார்.

மேசை முழுவதும் சிங்களச் செய்தித்தாள்கள், பயில்கள் என்று நிரம்பி வழிந்தன அந்த மேசையில். இவர்களுக்கு முன் நின்ற இருவர் விலகிப் போகவும் இவர்கள் போய் நின்றார்கள். பஞ்சவர்ணத்தைக் கண்டதும் அவர் முகம் மலர்ந்தது. உடனடியாக அடையாள அட்டைகளை வாங்கினார். அவர்கள் கொழும்பு வந்த விவரங்களை பஞ்சவர்ணம் அவர் விருப்பம் போல சிங்களத்தில் சொன்னார். விசாகருக்கு சிங்களம் அந்தளவு ஞாபகம் இப்போது இல்லை என்றாலும் விளங்கியது. அதெப்படி இவ்வளவு விவரமாகத் தாங்கள் வந்த காரணங்களைச் சொல்கிறார் என்ற சந்தேகமே கொஞ்சம் வந்தது அவருக்கு. தாரணியின் அடையாள அட்டையைப் பரிசோதனை செய்வதில் அவருக்கு ஒரு நீண்ட ஆவல் இருப்பதை விளங்கிக்கொண்டு பஞ்சவர்ணம் நிறையவே சிரித்து சிரித்துப் பேசினார். கொஞ்சம் நகர்ந்து தாரணியை மறைப்பது போல வந்து ஏதோ பழைய கதைகளை எல்லாம் எடுத்துச் சொல்லிக்கொண்டே இருந்தார். அந்த அதிகாரி பேசாமல் பஞ்சவர்ணம் முகத்தையே தொடர்ந்து பார்க்க மௌனமான பஞ்சவர்ணம் விசாகரைப் பார்த்தார். தயாராக வைத்திருந்த இரண்டாயிரத்தை ஒரு கவரோடு சேர்த்து நீட்டினார். அதைத் திறந்தும் பாராமல் பையில் போட்டுவிட்டு அங்கிருந்த ஒரு அட்டவணை பேப்பரில் ஏதோ எழுதத்

தொடங்கினார். பஞ்சவர்ணத்தை ஏதோ கையெழுத்திடச் சுட்டிக் காட்டினார். அடுத்து ஒரு சீலடித்த பேப்பரை நீட்ட பஞ்சவர்ணத்தின் வாய் மலர்ந்தது. இரண்டு முறை சலூட் போட்டு விசாகரைப் பார்க்க, அவரும் தனது பணிவான வணக்கத்தைக் கொடுத்தார்.

13

கணேசு அன்றைக்குக் கொஞ்சம் வெறியில் இருந்தான். கணேசு போதை என்றால் மிகப் பக்குவமாக நிதானமாக இருப்பான். அதை வைத்தே போதை என்று விளங்கிக் கொள்ளலாம். வாசல்படியில் நின்று போவோர் வருவோருக்குப் புன்னகை வணக்கம் ஒன்றை அன்று மாலையே வைக்கத் தொடங்கினான். ஐந்தரை மணிக்கெல்லாம் இந்தக் கூத்து அரங்கேறியது. கணேசைக் கண்டு அங்கு யாரும் பயப்படுவதோ அருவருப்பதோ இல்லை. லேசான மது மணம் மிக நெருக்கத்தில் அடிக்குமே தவிர வேறு எந்தப் பிரச்சினையும் இல்லை. அவன் நெருக்கமாக நிற்பதில்லை என்பதால் அது ஒரு பிரச்சினையாகவும் இல்லை.

பஞ்சவர்ணம் ஒரு மானேஜர் என்ற வகையில் தன் அதிகாரத்தை அவ்வப்போது காட்ட வேண்டி இருந்தது. அதற்காக கணேசுவைப் பார்த்து அவ்வப்போது, ''கணேசு இங்க வந்து ஸ்டூலில இரு. ஜனங்க என்ன நினைப்பாங்க. இது தப்பு கணேசு'' என்று கடிந்து கொள்வார். அடுத்த நொடி கணேசைப் பார்த்துச் சிரிப்பார். கணேசும் உடனே பஞ்சவர்ணத்தின் எதிரேயே இருக்கும் பெரிய அறைக்குள் போய் இன்னும் கொஞ்சம் அடித்துவிட்டு மிக நிதானமாக வந்து நிற்பான். பஞ்சவர்ணம் தன்னை ஏதாவது கோபித்துக் கொண்டாரோ என்று திடீரென ஐயமுறுவான். உடனடியாக அவருடைய கவுண்ட்டருக்கு வெளியே கிடக்கும் ஒரே ஒரு ஸ்டூலீல் உட்கார்ந்து, ''மானாஜர் சேர், மானேஜர் சேர்'' என்று தொடங்குவான். ஏதாவது வேலையில் மூழ்கிக் கிடக்கும் பஞ்சவர்ணம், ''என்ன கணேசு. வேலை. தொல்லைப்பண்ணாத கணேசு'' என்று மிகக் குறைந்த சத்தத்தில்

பேசுவார். ''அப்ப என்னேட கோபம்'' என்று தனக்குத் தானே அறிக்கை விட்டபடி கணேசு மறுபடியும் பழைய இடத்தில் போய் வாசல் கதவோடு நின்று கொள்வான். இது சிலருக்குச் சரியான காமெடியாக இருக்கும்.

ஆனால், பஞ்சவர்ணம் நிலை கொஞ்சம் பரிதாபமானது. கணேசு எப்படியும் அவருக்கான பங்கு மதுவைத் தயாராக வைத்திருப்பான். கட்டக்கடைசியாகப் பத்து மணிக்கு மேல் குளித்து திருநீறு பூசிய பின் தனக்கான வெள்ளி டம்ளரில் மதுவை ஊற்றிக் குடிக்கும் வரை இந்தக்காட்சி நீடிக்கும். இப்போது பெரிதாக வேறு யாரும் பஞ்சவர்ணத்துக்கு இந்த உதவியைச் செய்ய அங்கில்லை. பொறுப்பு மிக்க மானேஜர் என்று தான் நம்புகிற கவுரமான பதவியின் பெயருக்குக் களங்கம் வராமல் இருக்க இப்படியான தியாகங்களை அவர் செய்ய வேண்டி இருந்தது.

இரண்டு லொறி இடையே பூந்து சுண்டல் வண்டி வந்து நின்றது. சைக்கிளின் இரண்டு சக்கரங்களை ஒரு பெட்டியில் மாட்டியது போல இருக்கும் வண்டியை இதுபோன்ற இடுக்குகளில் சுலபமாகக் கொண்டு வந்து விடுவார்கள். கலாதீபம் லொஜ் வாசலுக்கு அருகில் நிறுத்திவிட்டு சுண்டல்காரன் நானாவிடம் ஒரு டீ சொன்னான். சுண்டல் அந்த வெள்ளைச் சட்டியில் நிறைந்திருந்தது. அதன் அடியில் இருந்து வரும் சூட்டில் இருந்து அவ்வப்போது ஆவி சுண்டலின் மேலிருந்து போய்க்கொண்டிருந்தது. அந்தச் சட்டியில் இருந்த சுண்டலின் அரைவாசிப் பிரதேசத்தில் மிக நேர்த்தியாக அளந்து கோடு கீறியது போலத் துண்டு துண்டாக வெட்டப்பட்ட காரட் பரவி இருந்தது. அதன் கீழான எல்லைப் பகுதியின் முடிவை வட்டமாக வெட்டப்பட்ட வெங்காய துண்டுகள் பாதுகாத்தன.

கேட்போருக்குத் தேவைக்கு ஏற்றாற் போல மிளகாய்த் தூளையும் கலந்து சுருள் போட்டுக் கொடுத்தபடியே இருந்தான் சுண்டல் கடைக் காரன். பல கூலித் தொழிலாளிகளும் வாங்கி உடனேயே வாயில் போட்டுக்கொண்டு ஓடினார்கள். ஒரு சுருள் மூன்று பேரின் ஒரு வாய்க்குப் போதுமான அளவில் இருந்தது. சந்திரன் வந்து நின்று பார்த்துவிட்டு ஓடிப்போய்ப் பத்து ரூபாயைக் கொண்டு வந்து நீட்டினான். அவனைப் பார்த்துச் சிரித்த சுண்டல்காரன் மேலும் கொஞ்சம் அதிகமான சுண்டலைப் போட்டுக் கொடுத்தான்.

''கணேசு கணேசு'' என்று அழைத்தபடி, உள்ளே போய்க் கொண்டிருந்த சந்திரனைப் பார்த்தார் பஞ்சவர்ணம். ஒவ்வொரு படியாக காலை நிதானமாக வைத்து தன்னை நோக்கி கணேசு வருவதை உணர்ந்த சுண்டல்காரன் பொறுமையாகப்

பார்த்துக்கொண்டு நின்றான். அவன் படிகளில் கால்வைத்து இறங்குவதை எழும்பி நின்று வெடிச்சிரிப்போடு பார்த்தார் பஞ்சவர்ணம். கணேசு கடைசிப் படியான மூன்றாவது படியில் இருந்து றோட்டில் இறங்கியதும் சுண்டல்காரன் சுண்டலோடு சேர்ந்து பெருமூச்சொன்றை விட்டான். ''தூள் நிறைய போடு'' என்றபடி பத்து ரூபாயைச் சுண்டலில் தூக்கிப் போட்டான் கணேசு. சுண்டல்காரன் வேகமாகக் காசைச் சட்டைப் பாக்கெற்றில் திணித்தபடிச் சுண்டலை மிளகாய்த் தூள் போட்டுக் குலுக்கிச் சுருளில் கொட்டி நீட்டினான். சுருளை வாங்காமல் இடுப்பில் இரண்டு கைகளையும் வைத்து நின்ற கணேசு, ''கூடப் போடேலாதோ'' என்று மிக மெதுவாகக் குனிந்து கேட்டான். சுண்டல்காரன் சினேகமான சிரிப்போடு கொஞ்சம் அள்ளிப்போட கைகள் இரண்டையும் நீட்டி விருது வாங்குவதுபோலப் பக்குவமாக வாங்கினான். சுண்டல்காரன் அவசரமாக லொறிகள் இடையே சுண்டல் வண்டியைத் தள்ளியபடி ஓடி மறைந்தான்.

எப்படி மூன்று படி ஏறுவது என்ற யோசனை கணேசுக்கு வந்தது. அவ்வளவு போதை எல்லாம் இல்லை என்றாலும், பஞ்சவர்ணத்தை இன்றைக்குப் படுத்துவது என்ற முடிவோடு இரண்டாவது படியிலேயே ஓரமாகக் குந்தினான். பிறகு ''மானேஜர் சார், மானேஜர் சார்'' என்று அவ்வப்போது கூப்பிட்டான். அவர் தலையைச் சொறிந்தபடிக் கடுப்பாகிக்கொண்டிருந்தார். ஒரு கட்டத்தில், ''இங்கிட்டு பாரு கணேசு. எனக்கு ஒரு மரியாதையே இல்லையா'' என்று எழும்பி வந்து கேட்டுவிட்டுப் போனார். அதன்பிறகு கணேசு சுண்டலுக்கு மட்டுமே வாய் திறந்தான்.

இரவானது கணேசுக்குத் தெரியவும் இல்லை. ஒன்பது மணி அளவில் ஏனோ உள்ளே போவோம் என்றுதான் போனான். அறைகளில் இருக்கும் சில ஆண்கள் அந்தப் பெரிய அறையில் கார்ட்ஸ் அடிப்படையில் இருந்தார்கள். கொஞ்சம் கூட்டம் கலையட்டும் என்று பார்த்தபடி இருந்தார் பஞ்சவர்ணம். இடையிடையே அவர்களைக் கடந்து போய் வந்தார். இரண்டு தடவை அருகே போய் நின்றும் பார்த்தார். கூட்டம் ஆட்டத்தில் முழுக்கவனமாக இருந்தது. எவ்வளவு முயன்றும் ஒன்பதே முக்காலானது கூட்டம் குறைய. கணேசு ஒரு நித்திரையை அவசரமாகக் கொண்டிருந்தான். இனி கருவாட்டுக்கடை பெடியள் வந்து விடுவார்கள் என்பதால் அவசரமாகத் துண்டை எடுத்துக்கொண்டு குளிக்க ஓடினார் பஞ்சவர்ணம். கருவாட்டுக்கடை பெடியள் நால்வரும் குளிக்கத் தொடங்கினால் ஒவ்வொருவரும் அரை மணி நேரத்தை ஆறாகப் பெருக விட்டு விடுவார்கள்.

சங்கர் அணி கருவாட்டு மணத்துடன் உள்ளே நுழையவும் பஞ்சவர்ணம் திருநீற்றை நெற்றியில் பலமாகத் தேய்க்கவும் சரியாக இருந்தது. வந்த உடனேயே சங்கர் குளிக்கப் போவதால் கொஞ்சம் நிம்மதியாக இருந்தது. மற்ற மூன்று பெடியளும் கொஞ்சம் விளையாட்டு என்பதால் எப்படிச் சொல்வது என்று பஞ்சவர்ணமே அதிகம் முழிப்பார். வழக்கம் போல சங்கர் எல்லோரையும் கதவை மூடுங்கள் என்று அறிவிப்பு விடாத குறையாக, அந்தப் பழைய லொஜ் நிலம் அதிர வேகமாக நடந்து குளியலறைக்குப் போனான். அவனுக்கு அனைவரின் அந்தக் கருவாட்டு மண அவஸ்தை தெரிந்ததால் யாரையும் கஸ்டப்படுத்தக்கூடாது என்பது போலவே அவன் நடந்து கொள்வான். குளித்து வரும்போது அறைக்கு வெளியில் அப்போது இருக்கும் எல்லோரையுமே ஏதாவது பேச்சுக் கொடுத்தபடியேதான் நடப்பான். பெண்கள் என்றால் தலையைக் குனிந்த சிரிப்பில் கடந்து போவான்.

இரண்டாவது பெடியனை எப்படிக் குளிக்க அனுப்புவது என்ற கவலையில் கணேசுவைத் தட்டி எழுப்பினார் பஞ்சவர்ணம். கணேசு கைகளை உதறி எழும்பும்போதே பஞ்சவர்ணத்தின் கையில் வெள்ளி டம்ளர் இருந்தது. ஒரு அட்டகாசமான சிரிப்பை உதிர்த்தபடி அருகில் இருந்த வாக்கொன்றின் சிப்பைத் திறந்து ஒரு சாண் நீளமுள்ள போத்திலை நீட்டினான். அதில் கொஞ்சம் அதிகமாகவே சாராயம் இருப்பதுபோல இருக்க பஞ்சவர்ணம் கொஞ்சம் தயங்கினார். ‘‘நீயே விடு கணேசு’’ என்றதில் கணேசுக்கும் அது விளங்கியது. ‘‘இது ஒன்றுமே இல்லை. பயப்பிடாம அடியுங்க. கருவாட்டு மணம் வேற’’ என்றபடி அறையில் லேசாக மிதந்த கருவாட்டு வாசனையை உறிஞ்சி உடலுள் தள்ளினான். வெளிப்படியில் நின்ற இரண்டு பெடியளில் ஒருவன் இவர்களை எரிச்சலோடு பார்த்தான். பிறகு கூட நின்ற பெடியனையும் தள்ளிக்கொண்டு குளியலறை நோக்கிப் போனான்.

டொப்சனில் கிட்டத்தட்ட புளித்த நிலையில் மச்சக் கறிகளும், சூடாக தோசை, இட்லி, பறோட்டா, புட்டு எல்லாமும் முடியும் நிலையில்தான் இருந்தன. சங்கர் குறூப் கடையில் எதையுமே கவனிக்காமல் பறோட்டாக்களைப் பெரிய பெரிய துண்டுகளாகவே விழுங்கிக்கொண்டிருந்தார்கள். அவர்கள் கேட்காமலே கோழிக் கறியை அவ்வப்போது ஊத்திவிட்டுப் போனார் சர்வர். அந்தக் கோழிக்கறியில் ஏதாவது ஒரு கோழிச்சதை இருந்தாலும் அது அவர்கள் அதிஸ்டம்தான். எப்படிச் சாப்பிட்டாலும் ஒரு நாலைந்து பறோட்டாவைக் கணக்கு குறைத்துத்தான் சர்வர் சொல்வார். பில்லில் இவர்களும் அதைக் கவனித்ததே இல்லை. இதற்காக விசேசமான எந்த நன்றியும் பரிமாறப்படுவதில்லை.

சங்கர் குறூப் சாப்பிட்டு வரும்போது பஞ்சவர்ணத்தின் குடல் கொதித்தபடி உணவுக்கான வரவை எதிர்பார்த்தே இருந்தது. கண் சிவந்த சிவனாக நெற்றியில் திருநீற்றுடன் பறோட்டாவையும் கோழிக்குழம்பையும் சேர்த்து உறிஞ்சினார் பஞ்சவர்ணம்.

14

ஊரில் சூரிய ஒளியைப் பார்ப்பதில் தனியான தேடல் எதுவுமே இருக்கவில்லை. ஆனாலும் ஏழு மணி வரையிலான குளிர் சேர்ந்த சூரிய ஒளி தாரணிக்குத் தனி விருப்பமாக இருந்திருக்கிறது. கொழும்பு வந்து இரண்டு வாரமாக அவள் வெய்யிலைக் காண வில்லை. பொலிஸ் பதிவுக்குப் போன கோபத்தோடு வெய்யிலும் சந்திக்க மறுத்தது. கனடாவில் அப்போதுதான் வேலையிலிருந்து அறைக்குத் திரும்பிய அக்காவின் ரெலிபோன் அழைப்பு வந்தது. கண்ணன் கதவைத் தட்டும்போது மணி நான்கே முக்கால் அல்லது ஐந்தாகி இருக்கலாம். சிவப்பு நிற மூன்றுக்கு மூன்று பெட்டிக்குள் நின்று பேசும் எரிச்சலில் விசாகர் மகளிடம் ரெலிபோனை ஒப்படைத்துச் சென்றிருந்தார்.

தாரணியைப் பெட்டியில் தள்ளிவிட்டு அப்பா போனபோது அந்த லொஜில் வேறு ஒருவரின் நடமாட்டமும் தென்படவில்லை. மானேஜர் கவுண்ட்டரின் மேல் ஒரு சிறிய மஞ்சள் லயிட் எரிந்தது. உள்ளே போகும் வழியில் ஒரு டியூப் லயிட் கடைசிக் காலத்தில் வெளிச்சம் தரப் போராடியது. அவள் அக்கா சொல்வதற்கெல்லாம் ஓம் போட்டபடி நின்றாள். அப்போதுதான் உண்டியல் என்ற வார்த்தையைக் கேட்டுச் சிரிப்பு வந்தது.

கனடாவில் ஒருவரிடம் காசு கொடுத்தால் அதற்கு ஈடான இலங்கைக் காசை இங்கே கொடுப்பார்கள். அதுவும் ஒரே நாளில் கிடைக்கும் சாத்தியம் இருந்தது. பெரும்பாலும் இதற்கு மிகக் குறைந்த கட்டணமே அறவிடப்பட்டது. உடனடியாகச் சில மணி நேரங்களில்

தேவை என்றால் கட்டணம் சற்றுக் கூடுதலாக இருக்கும். இதற்கு ஏன் உண்டியல் என்று பெயர் வைத்தார்கள் என்று ஒரு பக்கம் யோசனையும் மறுபக்கம் சிரிப்பும் வந்தது.

அப்பா ஏதாவது குடிக்க போறவரா, லொஜ் வசதிகள் எப்படி இருக்கிறது, நீங்க வந்தாத்தான் எனக்கு நிம்மதியே, தம்பியை நல்லா படிக்க வைக்கோணும் என்று அக்கா கனவுகளைப் பத்திரமாக ரெலிபோனில் அனுப்பியபடியே இருந்தாள். கால் சற்று உளைந்ததால் ஒரு காலை ரெலிபோன் பெட்டியில் ஊன்றி நிற்கத் தொடங்கினாள் தாரணி.

தற்செயலாக ஏதோ சத்தம் கேட்டு அவசரமாக ரெலிபோன் பெட்டியில் இருந்து காலை எடுத்தபடித் திரும்பினாள். ஏதோ ஒரு உருவம் சறத்தை நெஞ்சின் உயரத்தில் கட்டியபடி லொஜ் வாசல் இரும்புக் கதவைத் திறந்து தலையை மட்டுமே வெளியே நீட்டி எச்சில் துப்பிவிட்டு உள்ளே இழுத்தபடிப் பெரிய அறைக்குள் போனது. இரும்புக் கதவில் ஒரு அடி நீள இடைவெளி இருந்தது. ஆனாலும் அதில் இரும்புச் சங்கிலியும் சில பூட்டுகளும் தொங்கின. சற்று நேரத்திலெல்லாம் சூரிய ஒளி கோடுகோடாக விழத் தொடங்கியது. ரெலிபோன் பெட்டியின் கண்ணாடி வழியே பார்க்க அதன் நிறங்கள் கொஞ்சம் தனித்தனியாகப் பிரிந்தும் தெரிந்தன.

ரெலிபோனில் அக்கா, ''ஹலோ ஹலோ ஹலோ'' என்று மூன்றாவது தடவை கத்தியதில் ''ஓம் ஓம்'' என்றாள். ''என்னடி நிண்ட நிலையில் நித்திரையோ. சரி போய்ப்படு.'' அக்காவுக்கு நித்திரை வந்துவிட்டது என்பது தாரணிக்கு விளங்கியது. போனை வைத்து விட்டு ரெலிபோன் பெட்டியைத் திறக்க முயலும்போது அந்த உருவம் சறத்தை உதறி மறுபடியும் நெஞ்சிலேயே கட்டியபடி லொஜ் உள்ளே கழிவறை இருக்கும் பக்கம் போய்க்கொண்டிருந்தது. தாரணி கொஞ்ச நேரம் ரெலிபோன் பெட்டியின் உள்ளேயே நின்றுவிட்டுச் சத்தமே வராமல் அதைத் திறந்து அறைக்கு வேக வேகமாக ஓடிப்போனாள்.

சும்மா இருப்பதும், தனியே இருப்பதும் தாரணிக்குச் சில நாட்களில் கடினமான ஒன்றாக இருந்தது. ஊரில் சக தோழிகள் வீடு, அருகாமை உறவுகள் என்று ஒவ்வொரு நாளும் வேகம் கொண்டு ஓடும். அவ்வப் போது கோவில். அதுவும் ஒரு முக்கியமான நேரக்கடத்தி அவளுக்கு. இங்கு அறைக்குள்ளே கிடக்கவேண்டி இருந்தது. சில தமிழ் நாளிதழ்கள் அல்லது தினமுரசு. அதுவும் அவ்வப்போது அப்பா வாங்கி வந்து போட்டால் உண்டு. அறையில் காற்று வர வசதியே இல்லை. எப்போதாவது கொஞ்சம் அறைக்கு வெளியே நடப்பாள்.

றோட்டில் கேட்கும் கூலித் தொழிலாளர்களின் விளங்காத மொழியும் சில வித்தியாசமான லொறி கோன் சத்தங்களும் என்றே நாட்கள் ஓடின. அதில் ஒரு திருப்பம் என்றால் கொழும்பன்ரிதான்.

கொழும்பன்ரி அறிமுகமானது தற்செயலான ஒன்றுதான். ஒருநாள் மதிய உணவின் பின்கட்டிலில் கால்களைக் கீழே தொங்கவிட்டுக் கண்களைச் சற்று மூடியபோது கதவை யாரோ தட்டும் சத்தம் கேட்டது. அப்பா வெளியே போயிருந்தார். சந்திரன் லொஜ் வாசலில் நின்றிருந்தான். கதவை ஒரு சின்ன யோசனைக்குப் பிறகுதான் திறந்தாள். ஒரு ஐம்பது வயதை ஒட்டிய அம்மா. மிக இறுக்கமான முகம். தலையைப் பின்னால் தொங்கப்போட்டு ஒரு றப்பர் பான்ட் போட்டிருந்தார். நெற்றியில் எந்த அடையாளமும் இல்லை.

சில நொடி நிதானமாக இவளைப் பார்த்துச் சிரித்தார். பின், ''பிள்ளை... பஞ்சாவியள், சாறி எல்லாம் கொஞ்சம் கொண்டு வந்திருக்கிறான். வந்து பாரும்'' என்று நெடுநாள் பழகியது போலச் சொன்னார். சற்றுத் தள்ளி இவர்கள் அறையின் வழி மூலையில் சில வாக்குகளில் ஏதோ இருப்பது தெரிந்தது. இவளைப்போலவே அழைக்கப்பட்ட பெண்கள் ஒரு ஐந்தாறு பேர் ஆர்வமாக நின்றார்கள். தாரணிக்கு அப்போது அது தேவை போல இருந்தது. இன்னும் யாரோடும் அவளால் பழக முடியவில்லை. இப்படியே இருப்பது சரியாக இருக்காது என்று விசாகரே பாசமாகச் சில முறை பேசி இருந்தார்.

ஐந்தாவது நம்பர் அறையில் இருந்து ஒரு பாயை எடுத்து கொழும்பன்ரி விரித்தார். அதில் சாறிகள், பஞ்சாவிகள், சட்டைத் துண்டுகள், லேஞ்சிகள் என்று ஒரு சிறிய கடையையே விரித்திருந்தார். பஞ்சாவிகள் எல்லாம் தேர்ந்தெடுத்துக் கொண்டு வந்தது போலவே அழகாக இருந்தன. பற்றிக்ஸ் நைட்டிகள் இரண்டு ஒரு அம்மா வாங்கி வியாபாரத்தைத் தொடங்கி வைத்தா.

நாவல் நிறத்தில் கத்தரிக்காய் அச்சுகள் போட்ட ஒரு நைட்டியை ஒரு தயக்கத்தோடே தாரணி கொஞ்சம் முன்னே நடந்து வந்து எடுத்தாள். கையில் எடுத்த பிறகு எல்லோரும் தன்னைக் கவனிப்பதாக ஒரு நினைப்பு ஓடியது. ஆனால், யாருமே பார்க்கவில்லை. அறிமுகமே இல்லாதவர்கள்தான் எல்லோரும் என்றாலும், ''உங்களுக்கு அது நல்லா இருக்கும்'' என்றபடி ஒரு அக்கா அதை வாங்கி தாரணிக்குத் தோளில் வைத்துப் பிடித்துத் தொங்கவிட்டுச் சிரித்தார். கொழும்பன்ரி, ''பிள்ளை இது உமக்கெண்டு வந்திருக்கிறது'' என்றபடி மிக மகிழ்ச்சியுடன் விளையாட்டாய் அடித்தார்.

சாறியாயில் இரண்டு விற்றது. அதிகமாக நைட்டி ஐந்து விற்றது. முதலாவதாக நைட்டியை எடுத்த தாரணி திடீரெனக் காணாமல் போய்க் காசுடன் வந்தாள். கொழும்பன்ரிக்கு அவளைப் பார்க்க ஒரு பக்கம் சிரிப்பாகவும் இன்னொரு பக்கம் பாவமாகவும் இருந்து. ஆனால் காட்டிக்கொள்ளாமல், ''இப்பிடி இருக்கக்கூடாது. என்ன இவ்வளவு வெக்கம் உமக்கு'' என்று கேட்டதே தாரணிக்குப் பிடிக்கவில்லை. ஆனாலும் அது சரிதானோ என்பது போலவும் இருந்தது.

கொழும்பன்ரியைப் பற்றி அங்கு உலவிய கதைகளைக் கேட்ட பிறகு அந்தம்மாவுடன் பழகவேண்டும் என்று தனியான ஒரு விருப்பமே தாரணிக்கு வந்தது. கொழும்பில் தனியாக கொழும்பன்ரி சுத்தி அடிச்சுக்கொண்டு திரிவதை மானேஜரே மற்றவர்களுக்குச் சொல்லி கிண்டல் செய்வார். துணியாம கொழும்புக்கு வரவே கூடாது என்று உதாரணமாகக் கொழும்பன்ரியைக் காட்டி சொல்லுவார். பொலிஸ் பதிவு, பாஸ்போட் எடுக்கப் போவது, உடுப்பெடுக்கப் போவது, எதுக்குக் கூப்பிட்டாலும் கொழும்பன்ரி எல்லோருடனும் செல்வார். எங்கேயும் பொறுமையாக அமைதியாக இருப்பார். அவருடன் போவது பாதுகாப்பு என்று பொதுவாக எல்லோரும் நம்பினார்கள்.

ஒரு நாள் மானேஜர் சொல்லியே அந்தம்மாவின் கதை லொஜில் பலருக்குத் தெரிந்தது. அவர் வவுனியாவைச் சேர்ந்தவர். கணவனை இழந்தவர். ஒரு மகளும் மகனும் அவருக்கு. மகளுக்குத் திருமணமாகி ஒரு குழந்தையும் இருந்தது. கொழும்பு கடையில் வேலைக்கு வந்திருந்த அவரது மகனை ஒரு குண்டு வெடிப்புச் சம்பவத்தின்போது சந்தேகத்தில் கைது செய்தது பொலிஸ். அவனுடன் சேர்த்து வேறு பெடியன்களும் கைது செய்யப் பட்டார்கள். இவன் வவுனியா என்ற ஒன்றே அவனை வெளியே வர முடியாமல் செய்யப் போதுமாக இருந்தது.

மகனை பொலிஸ் பிடித்த தகவல் அறிந்து அந்தம்மா வந்து சேரும்போதே மகன் மூன்றாவது மாடிக்கு அனுப்பப்பட்டான். மூன்றாம் மாடி என்பதன் பொருள் சித்திரவதை என்று தமிழர்கள் எழுதுவார்கள். சித்திரவதை தாங்க முடியாமல் அவன் பொலிஸ் விருப்பம் போலவே எல்லாவற்றுக்கும் தலையாட்டினான். எல்லாம் கைமீறிப் போயிருந்தது. பெரிதாக அந்தம்மா படித்தவர் இல்லை. என்றாலும் ஆறு மாசம் அலைந்து ஒருவாறாக மகனைப் பார்த்து விட்டார். வழக்கறிஞர்கள் வழக்கு நடத்தி ஒன்றும் தீரவில்லை. மூன்றாம் மாடியில் இருந்து மெகஸீன் சிறைக்கு மாற்றியது மட்டுமே

நடந்தது. அவ்வப்போது அரசின் விருப்பத்தின் பெயரில் வழக்கு நடக்கும். ஆனால் ஒரு முன்னேற்றமும் இருக்காது.

அந்தம்மா கொழும்போடு தங்கி ஏழு வருடங்கள் ஆகின்றன. கொழும்புக்கு வருவோர் போவோருக்கு உதவுவார். அவர்கள் கொடுப்பதை வாங்குவார். சிலரிடம் ஒன்றும் வாங்கவும் மாட்டார். மாசம் ஒரு நாள் நன்றாகத் தென்படுவார். கொஞ்சம் நல்ல சீலை கட்டுவார். தன்ர கையால சமச்ச சாப்பாட்டோட சிறைக்குப் போவார். அந்த ஒரு நாள் அவரை ஒருத்தரும் தொந்தரவு செய்வதில்லை. சிங்களமும் கொஞ்சம் பேசிப்பேசிப் பழகி இருந்தார்.

அவர் இங்கு வரும்போது துணிச்சல் இருந்திருக்கவில்லை. மகனுக்காக கொழும்பில் அலையத் தொடங்கிய பிறகே அவர் உரமானவராக மாறினார். எந்தப் பிரச்சினை என்றாலும் அந்தம்மாவைக் கூட்டியண்டு போவம் என்று அங்கிருந்த பல லொஜ்களிலும் அவர் பிரபலமாகி இருந்தார். தன் சோகத்தை அவர் யாரிடமும் வெளிக்காட்டியதில்லை. மானேஜரால் அவருக்குப் பெரிதாக உதவ முடியாது என்றாலும், தனியாக வரும் பெண்களை அந்தம்மாவுடன் சேர்ந்து தங்க வைப்பார். நல்ல விதமாக உண்மையைச் சொல்லிப் பலருக்கும் உதவியாகச் சேர்த்து விடுவார். இப்போதும் ஐந்தாம் நம்பர் அறையில் ஒரு குடும்பத்துடன் இணைந்துதான் இருக்கிறார். ஒரு அம்மாவும் மகளும் அந்த அறையில். இருவரும் இவரிடம்தான் முறைப்பாடுகளை வைத்தபடி இருப்பார்கள். அந்த அறைக்கே இவர்தான் அம்மா என்கின்ற அளவுக்கு அவாவுக்கு ஒரு மரியாதை இருந்தது.

15

அபயசேகரவும் சந்திரனும் அப்போது ஒரே நிலையில்தான் லொஜ் வாசலில் இருந்தார்கள். சந்திரனுக்கு அவன் வயதுக்குரிய யாரும் அங்கு இருக்கவில்லை. அவனுக்கு எந்தப் பொழுதுபோக்குமே இல்லை. தாரணிக்கே சில நாளிதழ்களும் சஞ்சிகைகளும்தான். ரேடியோ தொலைக்காட்சி எதுவுமே அங்கில்லை. அபயசேகர நிலைமை பரவாயில்லை. லொறிகளில் ரசீதுகள் வரும். வாங்கி டயறியில் குறித்துவிட்டு அதைப் பத்திரப்படுத்த வேண்டும். அது போலவே லொறிகளில் வரும் பொருட்களை இறக்கியபின் அவர்கள் தரும் ரசீதுகளையும் டயறியில் குறித்துவிட்டுப் பத்திரப்படுத்த வேண்டும். அவரைத் தவிர கூலித் தொழிலாளர்களே உலவுவதால் அவருடன் உரையாட யாரும் இல்லை. பல கடைகளில் வியாபாரத் தொடர்வுகள் இருப்பதால் குறிப்பிட்ட எந்தக் கடையை ஒட்டியும் அவர் இருக்க விரும்புவதில்லை. அதை அவர் ஒரு கட்டாயப் பழக்கமாகவே வைத்திருந்தார். சிறுக சிறுக சந்திரனும் அவரும் அப்போது பழகத் தொடங்கி இருந்தார்கள். லொத்தர் சீட்டுத்தான் இவர்களின் தொடர்பை உருவாக்கியது.

முதன்முதலாக ஒரு லொத்தர் சீட்டுடன் வந்து லொஜ் படியில் அமர்ந்த அபயசேகரவை சந்திரன் ஆர்வமாகக் கவனித்தான். அதற்குமுன் சிலமுறை அவனைக் கண்டு அபயசேகர கைகாட்டி இருக்கிறார். சிரித்தும் இருக்கிறார். ஆனால், ஏனோ அவரை நெருங்க அப்போதைய புதிய சூழல் அனுமதிக்கவில்லை. அவரை யார் என்றே தெரியாத இடத்தில் ஒரு சிறுவனால் அப்படி யாரையும் நெருங்கி விட

முடியாது என்பது இயல்பானதுதான். பெரும்பாலும் திங்கள் முதல் வெள்ளிவரை வருவார் என்றாலும், சில வேளைகளில் சனிக் கிழமையும் வருவதுண்டு. அவரின் வழக்கமான இடம் லொஜ் வாசல் என்பது கொஞ்சம் கொஞ்சமாக அவனை அவரருகே கொண்டு போனது. ஆனாலும், அவரின் கடுமையான முகமும், கடும் நிறமான மேல் சட்டைகளும், சிகரெட் மணமும் அந்நியப்படுத்தியபடியே இருந்தது.

அப்போது அவர் அந்த லொத்தர் சீட்டை அவனிடம் நீட்டி ஒரு ரூபாய் நாணயத்தையும் நீட்டினார். அந்த லொத்தர் சீட்டை நாணயத்தால் தேய்க்கச் சொல்லிக் கொடுத்தார். ஐந்து பெட்டிகளையும் சுரண்டிய பின் அந்த லொத்தர் சீட்டை வாங்கிப் பார்த்தார். அந்த லொத்தர் சீட்டின் ஐந்து பெட்டிகளில் மூன்றில் சங்கு அடையாளம் இருந்தது. அபயசேகர அவன் கைகள் இரண்டையும் சேர்த்துக் குலுக்கினார். சந்திரனுக்கு எதுவுமே விளங்கவில்லை. அவனைக் காட்டி நானாவிடம் மூன்று விரலை நீட்டினார். ''அதிஸ்டக்காரன்'' என்று தமிழில் சொன்னார். அவனால் அப்போதே அவருடன் நெருங்க முடிந்தது. ''வாவா'' என்றபடி அந்தத் தெருவின் முனைக்கு நடந்தார்.

சந்திரன் லொஜ் வாசலைப் பார்த்தபடி அவருக்குக் கொஞ்சம் இடைவெளிவிட்டே போனான். யாராவது தன்னைத் தூக்கிக் கொண்டு போய் விடுவார்கள் என்ற பயமெல்லாம் அவனுக்கு அப்போது இல்லை. அக்கா யாராவது பார்த்தால் அடி விழுமோ என்ற பயம்தான் அதிகமாக இருந்தது. லொத்தர் கடைக்காரனே மகிழ்ச்சியுடன் அபயசேகரவின் சீட்டை வாங்கிவிட்டு முப்பது ரூபாய் தாள்களை நீட்டினான். அபயசேகர திரும்பி இவனைப் பார்க்கும்போது இவன் இரண்டடி பின்னே நின்று எட்டிப்பார்த்தான். ''வா வா'' என்று கூப்பிட்டுக் கையைப் பிடித்து லொத்தர் வண்டி முன் விட்டார். பத்து ரூபாயை அவனிடம் கொடுத்து ஒரு சீட்டை வாங்கச்சொன்னார். அவன் பேசாமல் நிற்க, ''எடு எடு'' என்றான் லொத்தர் கடைக்காரன். சந்திரன் ஒரு லொத்தர் சீட்டை ஒரு விரலால் நிதானமாகத் தொட்டபடி அபயசேகரவை அண்ணார்ந்து பார்த்தான். அதை உருவி எடுத்தபடி சந்திரனையும் ஒரு கையில் பிடித்தபடி லொஜ் வாசலில் வந்தமர்ந்தார் அபயசேகர.

இவர்கள் வரும்போது விசாகர் இவர்களுக்குப் பின்னாலிருந்து வந்து சேர்ந்திருந்தார். அவர் எப்போது வந்தார், எங்கிருந்து வந்தார் என்பது தெரியாமல் ஒரு நிமிடம் பதற்றமானாலும், சந்திரன் பேசாமல் அசையாமல் நின்றான். அபயசேகர சகஜமாகச் சிரித்துக்கொண்டு, ''ஆ மாத்தையா'' என்றபடி அவனைப் பிடித்துப் படியில்

இருத்தினார். விசாகர் சிரித்தபடி நகர்ந்து உள்ளே போய்விட சந்திரன் உற்சாகமானான். அபயசேகர ஒரு ரூபாய் நாணயத்தை ஒரு சுண்டு சுண்டி மேலே போட்டுப் பிடித்தார். அவன் கையில் இப்போது சீட்டு இருந்தது. ரூபாயை நீட்டினார். வாங்கி ஆர்வமாகச் சுரண்டினான். ஒரே ஒரு சங்குதான் இருந்தது. நான்கு பெட்டிகள் வெறுமையாக இருந்தன. சந்திரனுக்கு உற்சாகம் வடிந்தது போல இருந்தது. ஆனால், அபயசேகர அட்டகாசமான சிரிப்பொன்றை உதிர்த்தபடி அவனின் கையில் சீட்டை தூக்கி வைத்தார். ''குடுத்து பத்து ரூபாய் வாங்கிற்று வா. இனி நாளைக்குத்தான்'' என்று பெருவிரலைத் தூக்கிக் காட்டினார். அதிஸ்ட சீட்டை எடுத்தபடி லொத்தர் வண்டிக்கு ஓடினான் சந்திரன்.

16

அப்பாவுக்கு கொழும்புப் பழக்கம் விட்டுப் பல ஆண்டுகள் இருந்தாலும் கூட எதுவும் தெரியாதவர் அல்ல. ஆனால், எப்போதும் ஒரு தீர்வு கனடாவிலிருந்து வந்து சேர்ந்தது. 'பொறுப்பு' என்றொருவர் நீங்கள் இருக்கும் லொஜின் எதிரே உள்ளலொஜில் இருக்கிறார், அவரிடம் எல்லாம் பேசிவிட்டேன், அவரால் இங்கு பலர் வந்திருக்கிறார்கள், அவர் எல்லா உதவியும் செய்வார் என்று ரெலிபோன் செய்தி சொல்லிவிட்டது. இப்படியும் உதவ ஆட்கள் இருக்கிறார்களா என்று பொறுப்பைச் சந்திக்கும் வரை யாருக்கும் தெரியாது.

விசாகர் அன்று காலையிலிருந்து சுகம் இன்லொஜ் வாசலில் நின்று கொண்டார். நீண்ட நேரம் அவர் நிற்பதைக் கண்டு பஞ்சவர்ணம் இரண்டு முறை ஸ்டூலில்இருங்கோ என்று சொல்லியும் விட்டார். அப்படிச் சொன்னபோதெல்லாம் அறை வரை ஒரு நடை நடந்து விட்டு மறுபடியும் வாசலில் வந்து நின்று கொண்டார்.

மிக மெல்லிய என்று கூடச் சொல்ல முடியாத அளவுக்கு மிகவும் மெல்லிதான ஒருவர் வந்து கொண்டிருந்தார் விசாகரை நோக்கி. தமிழ் சினிமா பார்த்தவர்கள் என்றால் அது ஓமக்குச்சி நரசிம்மனின் தலையும் உடலும், ஏன் முடியும் கூட என்று கூறி இருப்பார்கள். நிறம் மட்டுமே சற்றே கறுப்பு என்று ஒரே ஒரு வித்தியாசத்தைச் சொல்லலாம். கையில் மிக பளபளப்பான தங்க நிற மணிக்கூடு மட்டுமே அவருக்கு வேறொரு அடையாளத்தைத் தந்தது. உண்மையில் அதை வைத்தே அவர்தான் பொறுப்பு என்பவராக

இருப்பார் என விசாகர் குத்துமதிப்பாகக் கணித்திருந்தார். அவருடைய நம்பிக்கை வீண்போகவில்லை.

மாலைதீவைப் பிடிக்கப்போன புளொட் அமைப்பில் இருந்தவர் களில் பொறுப்பும் ஒருவர் என்பதைப் பரவலாக அங்குள்ளவர்கள் அறிவார்கள். தாங்க மாலைதீவைப் பிடிக்க கிராண்மாவில் பிடல் போனது போலப் போயிருந்ததாகவும், அதெல்லாம் ஒரு புரட்சி கரமான பயணம், இப்போது உள்ள மடையர்கள் போலத் தாங்கள் இருந்ததில்லை என்றும் உரிமையுடன் உரையாடும் சிலரிடம் சொல்வார். ‘‘சரி உங்கள் எதிர்காலத் திட்டம் என்ன’’ என்று கேட்ட போது, ‘‘இராணுவ இரகசியங்களை வெளியே சொல்ல முடியாது. எல்லாம் மத்தியக் குழுவின் வேலை. ஆனால், புலிகள் அழியும் வரை எதுவும் செய்வதற்கில்லை’’ என்று உறுதியாகக் கூறினார். ‘‘புலிகள் அழியும்போது மக்களும் அழிக்கப்படுவார்கள், ஏன் என்று லெனின் ஏதாவது சொன்னாரா’’ என்று, கூட கதைகேட்ட ஒருவன் கேள்வியெழுப்பியதில் மிஞ்சி இருந்த அவருடைய தலை மயிர்கள் எல்லாம் கோபத்தில் சிலிர்த்தன. அப்படிக் கேட்டது கலாதீபத்தில் இருந்த கணேசுதான் என்று ஒரு கதை உலவியது. எப்போதும் மறக்காமல் ‘‘தத்துவம் இல்லையடாப்பா’’ என்றபடி எழுந்து போவது பொறுப்பின் கடைசி தந்திரோபாயம். இன்னும் யாரும் அவரிடம் மாலைதீவைப்பிடிக்கப்போன தத்துவம் குறித்துக் கேட்டதில்லை. அதற்கான தத்துவ வரைவு இந்தியத் தத்துவ ஞான மரபில் இருந்தே வந்ததாக அவரும் சொல்லவில்லை.

கையை ஆட்டிச் சிரித்தபடி டொப்சன் படி ஏறிய பொறுப்பை நீண்ட இடைவெளி விட்டே பின்தொடர்ந்தார் விசாகர். பாஸ்போட் எடுப்பது எல்லாம் சட்டப்படியான ஒன்று. சரியான தகவலைக் கொடுத்து எடுக்கிறோம். இதற்கு ஏன் பதுங்கி பதுங்கிப் போக வேண்டும் என்பது. ஏன் இவரை மூத்த மகள் சிபாரிசு செய்தாள் என்பதும் அப்போதுகூட விசாகருக்கு விளங்கவில்லை.

டொப்சனில் எதிரில் அமர்ந்திருந்த விசாகரைப் பெரிதாகக் கவனிக்காதது போலவே பொறுப்பு கண்ணை மூடி ஆழ்ந்த சிந்தனை யிலிருந்தார். விசாகர் எதையும் காட்டிக்கொள்ளாமல் என்னதான் நடக்கிறது பார்ப்போம் என்பது போலவே அமர்ந்திருந்தார். பொறுப்பு கண்ணைத் திறந்து உணவு பரிமாறியபடி இருந்த பெடியனைப் பார்த்தார். அவனுக்கு எப்படியும் ஒரு இருபது வயதிருக்கலாம். பார்க்கவே அது பணிவான முகம்தான். இன்னும் கூடுதல் பணிவை வரவழைத்தபடித் தலையை ஆட்டிவிட்டு உள்ளே போனான். வரும்போது தட்டில் இரண்டு புட்டும் ஒரு முட்டையும்

இருந்தன. வைத்துவிட்டுப் போன வேகத்தில் ஒரு கொக்கோ கோலாவைக் கொண்டு வந்து பொறுப்பு முன் மிக மெதுவாக வைத்தான்.

''சாப்பிட்டாச்சா'' என்று பொறுப்பு கேட்டது போல இருந்தது. ஆனால் அவ்வளவு தெளிவாக விசாகருக்கு விளங்கவில்லை. இருந்தாலும் சிரித்து வைத்தார். ''மகள் என்னோடையும் கதச்சவா. இன்றைக்குச் சில வேலைகள் இருக்கிறது. நாளைக்குக் காலை யிலையே போய்விடலாம்'' என்று பொறுப்பு சொல்லி முடித்திருந்தார். பாதிப் புட்டும் பாதி கொக்கோகோலாவும் மிச்சமிருந்தன. ''மகளுக்கு இரண்டு வயசை குறைச்சு பிறப்பு சர்ட்பிகேற் இன்றைக்கே வந்திடும். நாளைக்கு பொன்சரில வயசு பிரச்சினை வரக்குடாதுதானே'' என்றபடி எல்லாவற்றையும் பொறுப்பு முடித்திருந்தார்.

தனது இரண்டாவது மகளுக்கு இரண்டு வயது குறைத்துப் பதிந்து அதன்பிறகு பாஸ்போட் எடுக்க வேண்டும், அல்லது பொன்சரில் போக மகளால் முடியாது என்பது அப்போதுதான் விசாகருக்குத் தெரிந்தது. இதைப் பற்றி மகள் தன்னிடம் எதுவுமே கூறவில்லை என்பதை விசாகர் உணர்ந்தபோதும் தலையை மட்டும் ஆட்டி வைத்தார். அன்றைய நாளைக் கடப்பதைப் பெரிய பாரமாகவே விசாகர் உணர்ந்தார்.

தாரணி பள்ளியில் ஒரு பாடப் பரிட்சையில் ஏதோ ஒரு பக்கம் பார்த்து எழுதியதாக பிரச்சினை ஒன்று வந்தது. ஆசிரியர்களே அதைப் பெரிதாக எடுக்கவில்லை என்றாலும் அதற்காக வீட்டைச் சுற்றி ஓட ஓட விசாகர் அடித்திருந்தார். அவ்வளவு சரியாகப் பிள்ளைகளை வளர்க்கவேண்டும் என்பதில் விசாகர் வலு கவனமாக இருந்தவர். அதெல்லாம் பழைய கதை. இனிமேல் எல்லாமும் இப்படித்தான் என்பது போல நடக்கத்தொடங்கியது.

காலையில் பொறுப்பு ஜீன்சும் சப்பாத்துமாக வந்திருந்தார். பெரிய கண்ணாடி ஒன்றையும் போட்டபடி ஆட்டோவை அழைத்தார். இதுதான் தாரணியின் புதிய பிறப்பு சர்ட்பிகேற் என்றபடி, சற்று மஞ்சள் நிறமான பேப்பரைக் காட்டினார். ஆனால் கைகளில் தரவில்லை. இவர்களின் அடையாள அட்டைகள், பிறப்பு சர்ட்பிகேற்றுகள், பொலிஸ் பதிவு எல்லாவற்றையும் வாங்கி, தான் கொண்டுவந்திருந்த கைப்பை ஒன்றில் போட்டபடி வீதியையே பார்த்துக்கொண்டு வந்தார். ஆங்காங்கே இராணுவப் பாதுகாப்பு இருந்தபோதும் பெரிதாக எங்கும் அன்றைக்கு இவர்களை மறிக்க வில்லை. இதற்கும் பொறுப்பு ஒரு காரணமாக இருப்பாரோ என்ற

கற்பனை கூட விசாகருக்கு வந்துபோனது. என்ன இருந்தாலும் மத்தியக் குழு அல்லவா.

இரண்டு இராணுவக் காவல் அரண்களில் இராணுவச் சோதனை முடிந்தபின் இவர்களை ஏற்கெனவே போய்க்கொண்டிருப்போர் பின்அனுப்பிய பொறுப்பு, குறிப்பிட்ட ஒரு கவுண்ட்டருக்கு மட்டுமே போகவேண்டும் என்று தெளிவாகக் கூறி அனுப்பினார். இவர்களுடனேயே அன்றைய மத்தியான சாப்பாட்டை சீரும் சிறப்புமாக முடித்த பொறுப்பு, மாலையிலேயே பாஸ்போட் இவர்கள் கைகளில் இருக்குமாறு பார்த்துக்கொண்டார். இப்படியே எத்தனை நாட்கள், மாதங்கள் ஓடும் என்ற கவலை ஒன்று விசாகருக்கு மட்டுமே வந்தபடி இருந்தது.

தாரணி இப்போது லொஜில் எல்லோருடனும் பழகத் தொடங்கி இருந்தாள். சந்திரனும் இப்போது கொஞ்சம் சந்தோசமாகவே எப்போதும் அங்கு சுற்றிக்கொண்டிருந்தான். விசாகருக்கு மட்டுமே இப்போது ஏதாவது தேவைப்பட்டது. அடிக்கடி லொஜ் முதலாளியின் கடைக்குப் போகத் தொடங்கினார். பதினைந்து வருடங்களுக்கு மேல் கணக்கெழுதிய பழக்கமும், ஏதோ சொந்தம் என்ற உணர்வும் இவர்மேல் கடை முதலாளிக்கு இருந்தது. அவரைக் கடை ஊழியர் போலவும் இல்லாமல் சொந்தக்காரர் என்பது போலும் இல்லாமல் கலவையாகக் கவனித்தார்கள்.

17

ஊரையும் நினைவுகளையும் தொலைப்பது சாத்தியமில்லை. அப்பாவை அவ்வாறு பார்க்க விரும்பாமல் தாரணியும் கடைக்குப் போய் வருமாறு கூறத்தொடங்கினாள். லொஜில் இருந்து நடந்தே போகும் தூரம்தான். ஏற்கெனவே அங்கு இருவர் கணக்குப் போட இருந்தார்கள். மூன்றாவதாக ஒரு கதிரையைப் போட்டுச் சந்தோசமாக உட்கார வைத்தார் முதலாளி. ஒருவகையில் விசாகருக்கு அவர் அண்ணர்தான். தூரத்துச் சொந்தம் என்பதைவிட அந்தஸ்தும் இடை வெளியைத் தந்திருக்கலாம். முதலாளி போலவே ஒரு முதலாளியின் குடும்பமும் இருக்கும் என்று சொல்ல முடியாது. புரிதல் என்பது பழகித்தான் வரும். மேலே இருப்பதால் கீழே உள்ளோரிடம் வந்து விடாது. அதிகாரம் செலுத்தவும் பழக்கம் வேண்டும்.

காலாட்டிக்கொண்டு பக்கத்தில் இருந்த மணிவாசகத்துடன் உரையாடியபடிக் கணக்குப் போட்டதில் விசாகருக்கு மனம் நிரம்பி வழிந்தது. பல பத்து வருசம் விட்டிருந்த வெத்தலையை மணிவாசகத்தார் மறுபடியும் பழக்கி விட்டார். காலை பதினொரு மணிக்கு வரும் முதலாளி ஒரு மணி நேரம் அல்லது இரண்டு மணி நேரம் அசையாமல் இருப்பார். அவர் இருக்கும் வரை எல்லோரும் ஜாடை மாடையாகச் சிரிப்பார்கள். உரையாடல் தொழில் பற்றி மட்டுமே இருக்கும். முதலாளி ஜோக்கடித்தாலும் குமார மட்டுமே வஞ்சகமில்லாமல் சிரிப்பான். மாடி ஏறும்போது அவன் முதுகில் அதற்காக மறக்காமல் ஒரு தட்டு தட்டிவிட்டுப் போவார். அதை அடி என்று சொல்ல முடியாது, தட்டுத்தான். சத்தம் வரக்கூடிய வலி வராத அடி அது.

மேலே அவருக்கான அறை இருந்தது. சுருட்டுடன் அங்கேயே மாலை வரை இருப்பார். அவர் அறைக்குப் பக்கத்தில் கடையின் நான்கு ஊழியர்கள் தங்கும் அறையும், சமையலுக்குத் தனியாக ஒரு அறையும் இருக்கின்றன. ஊழியர்கள் தங்கும் அறையில் கட்டில் உட்பட தேவையானவை எல்லாம் இருந்தன. பகலில் டிவி பார்க்க அனுமதி இல்லை. ஆனாலும் அவ்வப்போது மாடிக்குப் போய் சத்தம் வராமல் டீவியைப் போட்டு எல்லோருக்கும் கிரிக்கெட் ஸ்கோர் சொல்வது குமாரவின் இரகசியப் பணி. சனத் ஜயசூரியா அவுட் ஆகாதவரை உற்சாகமாக ஸ்கோர் சொல்லும் குமார, அவர் அவுட் என்றால் பிறகு பஞ்சிப்பட்டே மாடி ஏறுவான்.

ஒரு மணிக்கு மேல் ஒவ்வொருவராகச் சாப்பிட மாடிக்கு வருவார்கள். ராமையா உணவு பரிமாறுவார். இரண்டு கடைகளில் ராமையா சமையல்தான். கருவாட்டுக் கடையை முதலாளியின் தம்பிதான் கவனித்து வந்தார். இவர்தான் முதலாளி என்று அவ்வப் போது தனக்கே சொல்லிக்கொள்ளும் தம்பி அவர். இங்கே இருந்து அங்கே சாப்பாடு டொல்பின் வேனில் போய்விடும். விசாகருக்கும் சாப்பாடு அங்கேயே கிடைத்தது. உண்மையில் அவர் மணிவாசகத் தாருடன் பேசிக் கொண்டிருந்தாலும் சாப்பிட்டாலும் அதுவே மகிழ்ச்சி என்று நம்பினார். இந்த உறவு இனிமேல் கனடா போனால் என்றென்றும் சாத்தியமில்லை என்று அவருக்குத் தெரிந்திருந்தது. ஒருவேளை கொழும்பிலேயே இருந்திருக்கலாமோ என்ற அளவுக்கு அந்த வாழ்க்கையில் புதிய ஒரு நிம்மதி வரத்தொடங்கியது.

எப்போதாவது கொஞ்சம் அதிவிஷேசம் குடித்தாலும் அதில் எந்தச் சுகமும் விசாகருக்கு இல்லை. சில நேரங்களில் வேர்த்து ஒழுகும் அறைப் புழுக்கத்தில் கொஞ்சம் நித்திரை வர அது உதவி செய்தது. ஊரில் கள்ளுதான் விசாகரின் உற்சாகத்திற்கு மிக முக்கியமான காரணம். கள்ளுவண்டி என்று சந்திரன் தட்டும் அளவுக்கு இருந்தார். கொஞ்சம் சின்னனாக அவன் இருக்கும்போது அவனைத் தூக்கினால் அந்த வண்டி மேல்தான் இருப்பான். சறம் அவ்வப்போது வண்டிக்கு கீழ் அதள பாதாளத்துக்குப் போய் போய் வரும். மறுபடியும் அதை விட்டு கள்ளு வண்டிமேல் கட்டுவார்.

அவன் கொஞ்சம் வளர்ந்த பிறகும் வெறியில் இருக்கும்போது மகனை இழுத்துக் கொஞ்சுவார். அவனுக்குக் கொஞ்சமும் பிடிக்காத வாசனை அதுதான். இழுத்து கையைப் பிடுங்கி ஓடுவான். ''மகன்'' என்று கம்பீரமான சத்தத்தில் பெருமை பொங்கக் கூப்பிடுவார். ஆனால், மகனைக் கடந்தால் தலை தொங்கியபடிதான் போவார்.

தோட்டத்திலும் மகள் எதிரே வந்தால் மிளகாய்க்கண்டை மிதித்தபடி கூட குறுக்கால் தப்பிப் போகத்தயங்கமாட்டார்.

இரவில் பெரும்பாலும் வெளியேதான் கிடப்பார். வலுக்கட்டாயமாக அவரை இரவில் எழுப்பிச் சத்தம் போட்டால் உள்ளே ஓடுவார். சந்திரன் நித்திரை கலக்கத்திலும் இதை ரசிக்கத் தயங்க மாட்டான். கொழும்பு அறையில் அவருக்கு இது சொல்ல முடியாத பிரச்சினையாக இருந்தது யாருக்கும் தெரியாது. அவரும் குடிக்கக்கூடாது என்பதில் கவனமாக இருப்பார். அதையும் தாண்டி கொஞ்சம் உள்ளே போய்விடும்.

18

மத்தியானத்தில் இருந்தே கணேசு சோகமாக இருந்தான். குடிப்பதற்கு கணேசுவிற்கு சோகம் ஒரு காரணமாக இல்லாத படியால். அன்றைய சோகத்தை பஞ்சவர்ணம்கூடக் கவனிக்க வில்லை. ஆனால், அன்றைக்கு லொத்தரில் முதல் பத்து ரூபாய் இழந்ததால் மேற்கொண்டு பேசாமலிருந்த அபயசேகரவும் சந்திரனும் அவனைச் சற்று பார்த்தபடிதான் இருந்தார்கள். அன்று இரவுதான் ஏஜென்சி மூலமாக கொழும்பிலிருந்து விமானம் ஏறும் தகவலை யாருக்கும் அவன் சொல்லி இருக்கவில்லை.

கணேசுவுக்கு யாழ்ப்பாணப் பக்கம். ஒரு தங்கை. அவள் பிரான்ஸ் போன பிறகு இவனை எப்படியாவது எடுத்து விட வேண்டும் என்று முடிவாகவே இருந்தாள். மில்லில் வேலை செய்தே தங்கையைக் கல்யாணம் செய்து வைத்தாலும் நாற்பது வயதைத் தொடும் கணேசை அப்படியே விட்டுவிட தங்கச்சி விரும்பவில்லை. கணேசுவிற்குக் கல்யாணமாகி ஒரு பெண் குழந்தை இருந்தது. அவனுக்குப் பெரிதாக விருப்பம் இல்லை என்றாலும் தங்கச்சி விருப்பத்துடன் மனைவியின் விருப்பமும் சேர்ந்ததால் தவிர்க்க முடியாமல் இருந்தான். ஒன்றரை வருட கொழும்பு வாழ்க்கையை ஒட்டுமொத்தமாக வெறுத்திருந்த கணேசு திரும்பி ஊர் போகவே விரும்பினான். கடைசியில் மறுபடியும் பிரான்ஸ் போக விதி என்று அதையும் ஏற்றாலும் மனதில் என்னவோ ஒருசோகம் வரத்தான் செய்தது. கணேசு அன்றைக்கு ஒரு முழுப்போத்தல் சாராயத்தை வாங்கி பஞ்சவர்ணத்துக்காகவே வைத்திருந்தான்.

பஞ்சவர்ணம் முன் திடீரென்று நின்ற கணேசு இன்றைக்கு ஏதாவது படம் போடலாம் என்று சம்பந்தமே இல்லாமல் சொன்னான். ஏனென்றதற்கு மகளுக்குப் பிறந்த நாள் என்று நல்ல பொய்யைச் சொன்னான். சங்கரும் வரட்டுமே என்று பஞ்சவர்ணம் சொன்னதற்கு கணேசு உடன்படவில்லை. ''அவர்கள் வரும்போது நான் நித்திரை கொண்டாலும் கொண்டுடிவேன்'' என்றான். சரி என்று கணேசுவுடன் அங்கிருந்த ராசனையும் சுரேசையும் சேர்த்து மூவராக டிவி / டெக் வாடகைக்கு எடுக்க அனுப்பி வைத்தார். படம் என்ன போடலாம் என்பதற்குச் சரியான தேர்வொன்றும் கைவசம் இருக்கவில்லை. பஞ்சவர்ணம் ஏதாவது ஒரு பக்திப்படம் வேண்டும் என்று தன் கருத்தைக் கறாராகச் சொன்னார். கணேசு தனியாகச் செலவு செய்ய விரும்பியபோதும் கடைசியில் பலரும் காசு போட்டே முடிவாக அனுப்பி இருந்தனர்.

ஞானப்பழம் / இந்தியன் இரண்டையும் கணேசே தேர்வு செய்தான். ஒரு கேசட் தேர்வு, கூடப்போன ராசன், சுரேசு விருப்பத்திற்கு விடப் பட்டது. அவர்கள், ''ஆங்கிலப்படம் எடுக்கலாமே'' என்றதும், கணேசும் சரி என்று அதற்கும் தலையாட்டினான். கணேசுக்கு அப்போது பெருமளவு போதை தெளிந்திருந்த போதும் ஏதாவது பேசியபடியே வந்தான். ராசன் ஆர்வக்கோளாறாக ஆங்கிலத் திரைப் படத்தில் வரும் காட்சிகள் பற்றி ஏதோ உளறிக் கொட்டினான். சுரேசு அவசரமாக நல்லவனாகி இதை லொஜில் பலர் துப்பப் போகிறார்கள் என்று புதிய கதை ஒன்றைத் தொடங்கினான். கணேசு அவர்களைத் தூசணத்தால் பேசத்தொடங்கினான். ஆட்டோக்காரன் பயத்தில் ஆட்டோவை நிறுத்த, மூவரும் ஒரே போலச் சிரித்தார்கள். ஆனாலும், ராசனுக்கும் சுரேசுக்கும் பயம் உடல் முழுவதையும் நனைத்திருந்தது. எல்லாம் கொஞ்ச நேரம்தான். கணேசு தடாலடியாக மாறிவிட்டான். அவர்கள் பெருமூச்சு விட்டார்கள். கணேசு கொஞ்சம் ஜாலி மூடில் ஒரு கதை சொல்லத் தொடங்கினான்.

ஒரு ஊரில் ஒரு திருடன் இருந்தான். அவன் ஒருமுறை ஒரு பெண்ணின் சங்கிலியைப் பறித்துவிட்டு சைபிக்கிளில் தாவிப் பறந்தான். எதிர்பாராத விதமாக அன்றைக்கு அந்தப் பெண்ணின் சத்தத்தைக் கேட்டு பக்கத்துக் கடையில் நின்ற மூன்று பெடியன்கள் உதவிக்கு வந்தார்கள். மூவருமே மாணவர்கள். அவர்கள் உடனடியாகத் தங்கள் தங்களின் சைக்கிளில் திருடனை விரட்டத் தொடங்கினார்கள். திருடன் இவர்களுக்குப் பிடிகொடுக்காமல் சைக்கிளை விரட்டினான். இவர்களும் சளைக்காமல் விரட்டிய படியே இருந்தார்கள். ஒரு கட்டத்தில் திருடன் தனது சைக்கிளை ஒரு அரசமரத்தின் பின்னே மறைவாக விட்டுவிட்டு ஒரு கல்யாண

வீட்டின் பின்பக்கமாக ஓடிப்போய்ப் பதுங்கினான். அந்த மாணவர்கள் அங்கும் வந்து தேடத் தொடங்கியதால் அந்த வீட்டின் பின்கதவு ஒன்றின் வழியே உள்ளே புகுந்து ஒரு அறையில் போய்ப் பதுங்கிக்கொண்டான். திருடனை அந்த மாணவர்கள் மட்டுமே இல்லாமல் கல்யாண வீட்டைச் சேர்ந்த சிலரும் விசயம் தெரிந்து தேடத் தொடங்கினார்கள். அப்போது பின்கதவையும் பாதுகாப்புக் கருதி நன்றாகப் பூட்டிவிட்டுத் திறப்பை எடுத்துக்கொண்டு போய்விட்டார்கள். இருந்த ஒரு வழியும் மூடப்பட்டதால் கொஞ்ச நேரம் கழித்து திருடன் முன்வாசல் வழியாகவே போக முயற்சித்தான். அந்த முயற்சியும் தோல்வியில் முடிந்ததால், தற்காலிகமாக ஏதாவது ஒரு அறையில் பதுங்க வேண்டியதாகப் போயிற்று. அவனால் அதன்பிறகு அந்த அறையில் இருந்து அசையவே முடியவில்லை. இரவும் ஆகியதால் மிகுந்த பதட்டத்துடன் அவன் அங்கிருந்த கட்டிலின் அடிப்படையில் சுருண்டு படுத்துக்கொண்டான்.

சிறிது நேரத்தில் அந்த அறையில் இருவரின் நடமாட்டம் தெரிந்தது. பேச்சை வைத்து அது மணமக்கள் என்பதைத் திருடன் விளங்கிக் கொண்டான். அவர்கள் காதல் வசனங்கள் பேசியபடி இருக்க, திருடனுக்கு இவர்களின் காலில் விழுவதே நல்லது என்று ஒரு எண்ணம் மனதுக்குள் ஓடியது. அவன் எவ்வாறு வெளியே போய்ப் பேசுவது என்று தனக்குள் கணக்குப் போடத் தொடங்கினான். சைக்கிளை அரசமரத்தில் சாத்தியது வரை பட்டியல் போட்டுவிட்டு வெளியே வர முடிவு செய்தான். அப்போது மேலே கட்டிலில் நடந்த உரையாடல் அவன் கவனத்தைச் சிதைத்தது.

என்னங்க இப்படி காட்டுறீங்க வெக்கம் வராதா.

நீர் தானே பார்க்க ஆசைப்பட்டீர், இதென்ன கதை.

அதுக்காக... சரி கண்ணத் திறக்கவா.

ம், பார்த்தால்தானே தெரியும்.

என்னங்க அரசமரம் போல சடைச்சு...

''அப்ப என்ர சைக்கிளிள்'' என்றபடிக் கட்டிலின் கீழிருந்து திருடன் தலையை நீட்டினான்

சிரிப்பை அடக்க முடியாமல் ராசனும் சுரேசும் கணேசு மேல் பாய்ந்து விழுந்தார்கள்.

19

ஞானப்பழம் சினிமா ஓடிக்கொண்டிருந்தது. இவர்களைக் கடந்து குளிக்கப் போகவேண்டிய சங்கர் குறூப் வந்து சினிமா பார்ப்பதைச் சில நிமிடக் கருவாட்டு மணமே காட்டிக்கொடுத்தது. எல்லோரும் ஓடி ஒழிந்து வழிவிட்டார்கள். சில பலசாலிகள் மூச்சுப் பிடித்து, தங்களைக் கடந்து இவர்களை அனுப்பி வைத்தார்கள். குளித்துத் திரும்பி வர அரை மணி நேரமாவது ஆகும் என்பதால் மறுபடியும் அறைகளிலிருந்து கதவுகள் திறக்கப்பட்டன. மறுபடியும் எல்லோரும் சினிமா பார்க்கத் தொடங்க வாசல் இரும்புச் சங்கிலிகள் பலமாக ஆட்டப்பட்டு கதவுகள் தட்டப்பட்டன.

கடைசி வரிசையில் ஸ்டூல் போட்டு அமர்ந்திருந்த பஞ்சவர்ணம் அவசரமாக ஓடிப்போய்க் கதவைத் திறக்காமலே பார்த்தார். பின் அவசரமாக ஏதோ சிங்களத்தில் புலம்பியபடித் திறப்பை எடுத்து கதவைத்திறந்தார். வெள்ளைச் சட்டையும் காக்கி டவுசருமாக அரை வெறியில் மென்டிஸ் நின்றிருந்தான்.

வெறியில் நிற்பதால் அவனைப் புறக்கணிக்க முடியாது. அந்தப் பகுதியில் சிறப்பு சிஐடி பதவியில் இருப்பவன் மென்டிஸ். அவன் எப்போதுவருவான், எந்த நேரத்தில் வருவான் என்று சொல்ல முடியாது. சோதனை என்று சொல்லியபடி லொஜில் தங்கி இருப்போர் பட்டியலை மணிக்கணக்காக ஆராய்வான். யாராவது ஒருவரைத் தேர்வு செய்து பார்க்கவேண்டும் என்பான். அவனாகவே எழுந்து ஏதாவது ஒரு அறைக் கதவை நோக்கி வேகமாக நடப்பான். பஞ்சவர்ணம் பதறியபடி கூடவே ஓடுவார். திடீரென்று மற்றொரு

அறைக்கதவைத் தட்டுவான் உடனேயே அவர்கள் பெயர்களை பஞ்சவர்ணம் சரியாகச் சொல்ல வேண்டும். சரியா சொன்னாலும் பதிவு வேறுமாதிரி இருந்தது என்று பஞ்சவர்ணத்தைத் திணற வைப்பான். பதிவேட்டைக் கொண்டுவா என்று அறையில் நின்றே கத்துவான். தூக்கக் கலக்கத்தில் ஓடிப்போய் மூச்சு வாங்க வந்து நிற்பார். அதற்குள் ஏதாவது வம்புக் கேள்விகளை சிங்களத்தில் கேட்டு மிரட்டுவான். இவர்கள் நடுவே பஞ்சவர்ணம் பந்தாடப் படுவார்.

இரவு இரண்டு மணிக்குகூட சோதனை என்று ஏதாவது ஒரு அறையிலிருந்து பதிவேட்டை ஆராய்வான். அந்த அறையில் இருப்போர் யாராக இருந்தாலும் அவனாகப் போகும் வரை மணிக்கணக்காக நிலையாக நின்றுதான் ஆகவேண்டும். வேறு சிலர் அவன்மேல் புகார் கொடுத்த கதையெல்லாம் நடந்தது. பாதுகாப்புக் காரணங்கள் முன்னால் அவனை எல்லோரும் ஆதரிக்கவே செய்தார்கள். இதற்கும் அப்பால் அரசியல் செல்வாக்கும் சில போதை ஆசாமிகள் தொடர்வும் அவனுக்கு உள்ளதாகக் கதைகள் உண்டு.

சினிமா பார்த்தபடி இருந்த எல்லோரும் ஒரு நிமிடம் பேய் அறைந்தது போல இருந்தார்கள். அரை இருட்டாக இருந்ததைப் பயன்படுத்தி இரண்டு இரண்டு பேராக அறைகளுக்குப் போனார்கள். யாரையாவது கூப்பிட்டு விட்டால் என்ற பதட்டம் எல்லோருக்கும் இருந்தது. அங்கே அப்போது மிச்சம் இருந்தது, சில ஆண்களும் டீவியுமே.

டீவி அருகே போய் கேசட்டுகளைப் புரட்டிப் பார்த்தான். கணேசுவோடு போன இருவரும் பேய் முழி முழித்தபடி இருந்தார்கள். கணேசுவை அங்கே காணவில்லை. அப்போதுதான் அவன் பெரிய அறையில் தூங்குவதை அவர்கள் கவனித்தார்கள். கேசட்டுகளைத் தூக்கி டீவி மேல் போட்டுவிட்டு குளியலறையின் பக்கம் போனான். உடைப்பது போலக்குளியலறை கதவுகளைத் தட்ட, சங்கரும் மற்றப் பெடியனும் ஈரச் சறங்களுடன் உடனடியாக வெளியே வந்தனர். ஒரு சிகரெட்டை பற்ற வைத்து இழுத்தபடியே கழிவறைகளை நோக்கிப் போனான். கதவு திறந்த நிலையிலேயே சிறுநீர் கழித்துவிட்டு ஜிப்பை மூடியபடி கவுண்ட்டரில் வந்து குந்தினான்.

நேரம் பன்னிரண்டரை ஆகி இருந்தது. எரிச்சலை வெளிக்காட்ட முடியாத கசப்புணர்வுடன் பலவந்தமாகச் சிரித்தபடி ஆயிரம் ரூபாய் ஒன்றை மேசையில் வைத்தார் பஞ்சவர்ணம். அவன் காசை மதிப்பதில்லை என்பது ஒருபக்கமிருந்தாலும் காசு வாங்கியே தன்

கடமையை நிறைவு செய்வான். அதை வாங்கியபடி பதிவு புத்தகத்தை மறுபடியும் புரட்டத் தொடங்கினான். கொஞ்ச நேரம் பொறுத்துப் பார்த்து மறுபடியும் ஒரு ஆயிரம் ரூபாயைக் கையைப் பிடித்து பஞ்சவர்ணம் கொடுத்தார். காசை வாங்கிய கையோடு அவர் கையை உதறியபடி எழும்பி உள்ளேயே பார்த்தான். மேலும் சில நிமிடங்கள் அடுத்த சிகரெட்டுக்கு ஓடியது. அதுவும் முடியவே பஞ்சவர்ணத்துக்கு டாட்டா காட்டிச் சிரித்தபடி போனான். பஞ்சவர்ணம் பெருமூச்சு விட்டுக் கதவைச் சாத்திப் பூட்டினார். அப்போதுதான் தூக்கம் கலைந்த கணேசு, இது எதுவுமே தெரியாமல் பதறி அடித்துக் குளிக்க ஓடினான்.

அடுத்த நாள் காலையில் கொழும்பின் புறநகர்ப் பகுதி ஒன்றில் சிறிய குண்டு வெடிப்பு ஒன்று நடந்தது. நான்கு இராணுவத்தினர் கொல்லப்பட்டிருந்தபோதும் அந்தக் குண்டுவெடிப்பின் இலக்கு வேறாக இருக்கலாம் என்றும் பரவலான கதைகள் உலவின.

20

ஒரு பீப்பிக்காரன் 'கல்லெல்லாம் மாணிக்க கல்லாகுமா' என்ற பாட்டை வாசித்து அனைவரையும் எட்டிப்பார்க்க வைத்துக் கொண்டிருந்தான். சுத்தமான நீலச் சறமும், நேர்த்தியான பல கலர் பூக்கள் போட்ட அரைக்கை சேட்டும் போட்டிருந்தான். லொஜிலிருந்து எட்டிப் பார்த்தபடி நின்ற பெண்கள் சந்திரனைக் கூப்பிட்டுத் தங்கள் கையிலிருந்த குத்திக் காசுகளைப் போடச்சொல்லிக் கொடுத்தார்கள். தன்னிடமிருந்த இரண்டு ஐந்து ரூபாய் குத்திக் காசுகளையும் அதில் சேர்த்து சற்று எட்டி நின்றே அவரிடம் நீட்டினான்.

அந்தப் பீப்பிக்காரன் மிகுந்த பணிவுடன் புன்னகைத்தபடி இரண்டு கைகளையும் சேர்த்து நீட்டி விரித்து வாங்கிக்கொண்டான். திடீரென்று சந்திரனின் கையை ஒரு நொடி தன் நெற்றியில் வைத்துப் பிடித்தான். சந்திரன் பயத்தில் உடனே கையை எடுத்துவிட்ட போதும் பீப்பிக்காரன் முகத்தில் அன்பு நிறைந்திருந்தது. பஞ்சவர்ணம் அவனை பார்த்து, ''ஆ'' என்று வாயைத்திறந்து விளையாட்டாக மிரட்டினார். பிறகு ஒரு பத்து ரூபாய்த் தாளை எடுத்து அவன் கையில் கொடுத்து பீப்பிக்காரனை நோக்கிஒரு விரலை நீட்டிக் காட்டினார். இப்போது சந்திரனும் அந்தக் காசை வாங்கி இரண்டு கையால் அவனிடம் நீட்டினான். கண்களில் நீர் நிறைய ஒரு பக்கம் தலையைச் சாய்த்துச் சிரித்தபடி பத்து ரூபாயை அவனிடம் வாங்கிக்கொண்டான் பீப்பிக்காரன்.

மத்தியான சாப்பாட்டுடன் வந்த விசாகர் சற்றுப் பிள்ளைகளின் முறைப்புக்கு ஆளாகி இருந்தார். காரணம் பெரிதாக எதுவுமில்லை. ஒன்று குடித்திருந்தார். மற்றொன்று எங்கிருந்தோ மஞ்சள் நிறச்

சாப்பிட்டு பாசல் இரண்டை வாங்கி வந்திருந்தார். அதில் வாசனைக்குப் போடும் இலைகள், வெந்தயம் என்று அவர்களுக்குப் பழக்கம் இல்லாத ருசியில் இருந்தது. தானும் ஏதாவது விட்டுக் கொடுத்தே சமாளிக்க வேண்டி இருந்தது விசாகருக்கு.

கூட வந்து கவுண்ட்டரில் இருந்த குமாரவைக் கூப்பிட்டு சந்திரனை கிரிக்கெட் விளையாட அழைத்துப் போகச்சொன்னார். சந்திரன் சாப்பிடாமலே விளையாடச் செல்லத் தயாராக இருந்தான். கொச்சிக்கடை அந்தோணியா கோவிலுக்கு ஒவ்வொரு ஞாயிறும் போவோருடன் சேர்ந்து போகப் பலமுறை அனுமதி கேட்டிருந்த தாரணிக்கு அன்று கேட்காமலேயே அருளப்பட்டது. கொழும்பன்ரி தலைமையில் போக இருப்பது அவளுக்கு இன்னும் மகிழ்ச்சியைத் தந்தது.

ஒரு சாப்பாட்டு பாசல் பத்து நிமிடங்களிலேயே முடிந்திருந்தது. குமார மிகக் கவனமாக சந்திரனைக் கையைப்பிடித்துக் கூட்டிக் கொண்டு போனான். சந்திரன் தன்னைக் கவனித்த ஒரே ஜீவனான பஞ்சவர்ணத்துக்கு டாட்டா காட்டிவிட்டு, குதித்துக் கையைப் பிடுங்கிக்கொண்டு ஓடினான். ஒரு சில லொறிகளையும், இரு சக்கர மூட்டை ஏற்றும் தள்ளுவண்டிகளையம் தாண்டி எந்த நடமாட்டமும் பெரிதாக இருக்கவில்லை. அன்று டொப்சனைத் தவிர ஒரு கடையும் திறந்திருக்கவில்லை. நானா கடையும் இல்லை. ஒவ்வொரு ஞாயிறும் இப்படி ஒரு அமைதி அங்கிருக்கும். கடைகளில் இருப்போர் பெரும்பாலும் டீவி பார்த்தே பொழுதைக்கழிப்பார்கள். இளம் பெடியள் கூட்ட சேர்க்கையைப் பொருத்து கிரிக்கெட் விளையாடுவார்கள். கலாதீபம் தெருவில் அன்று கிரிக்கெட் ஆட்டக் காரர்களையும் கூடக் காணவில்லை.

லொஜ் முதலாளியின் கடைக்குப் பக்கத்து ஒழுங்கை இரண்டிலும் மூன்று அணிகள் விளையாடியபடி இருந்தார்கள். அணிக்கு ஐந்து பேர், நாலு பேர் என்று விதம் விதமாக விளையாடினார்கள். அவ்வப் போது உருவாகும் கூச்சல் மட்டுமே பல தெருக்களைத் தாண்டியும் கேட்டது. குமாரவின் கூட்டாளிகள் நான்கு பேர் ஆட்டத்தைத் தொடங்க தயாராகவே இருந்தார்கள். இவர்களைக் கண்டதுமே ஆட்டம் ஆரம்பித்தது. விற்பனைக்குப் பழங்கள் வைத்து ஆணி அடித்து வரும் மிக மெல்லிய மரப் பெட்டி ஒன்று விக்கெற்றாக நடு வீதியில் இருந்தது. சந்திரனைவிட நான்கைந்து வயதே கூடிய பெடியள் இருவரும், குமாரவின் வயதை ஒத்த ஒரு வெள்ளைப் பெடியனும் கொஞ்சம் கொஞ்சமாக உற்சாகமாகித் தங்களுக்குள் ஆட்டத்தை வேகப்படுத்தினர்.

திடீரென்று தூண் ஒன்றின் பின் இருந்து ஓடி வந்த தாடிக்காரன் ஒருத்தனைக் கண்டு ஒரு நிமிடம் சந்திரன் அப்படியே நின்று விட்டான். அவன் முகம் ஆமி அறைந்ததாக மாறியது. நிலைமை உணர்ந்த குமார, ''இவன் குடு தர்மபால*. பயம் இல்லை'' என்றபடி ஓடிப்போய்த் தாடிக்காரனைப் பார்த்து ஒரு கத்து கத்தினான். உடனேஅப்படியே கீழே குந்துவது போல உடலை வளைத்து குமாரவைப் பார்த்துச் சிரித்த குடு தர்மபால, 'களுவிதாரண களுவிதாரண' என்றபடி கீப்பர் இடத்திற்கு ஓடிப்போய் போய் 'விக்கெற்' பெட்டிக்குப் பின்னே குந்தினான். இவர்களுக்குப் பின்னே விளையாடியபடி நின்ற மற்றொரு குறூப் பெடியன் ஒருவன் இதைத் திரும்பிப் பார்த்துச் சிரிக்க குமார அவனைப் பார்த்து முறைத்தான்.

குடு தர்மபாலவின் உடுப்புகள் மிக மோசமான நிலையில் இருந்ததால் அவனைப்பார்க்க சந்திரனுக்கு ஏதோ ஒரு மாதிரித்தான் இருந்தது. ஆனால் குடு தர்மபாலவின் உற்சாகமான விளையாட்டு கொஞ்ச நேரத்திலேயே சந்திரனைக் கவர்ந்தது. எறிபந்து போல் வீசக்கூடாது, பின்பக்கம் பந்தை அடிக்கக்கூடாது என்று புதிய பல்வேறு விதிகளுடன் விளையாட்டு மறுபடியும் முறையாகத் தொடங்கியது. உடைந்த கைக்கு மாவுக்கட்டுப் போட்டது போல நிறையத் துணி சுற்றப்பட்ட பாட் பார்ப்பதற்குப் புதுமையாக இருந்தது. பாரம் மிகக் குறைவாகவே இருந்ததால் தென்னை மட்டை பாட் பழக்கத்தில் இருந்த சந்திரனுக்கும் பந்தை அடிக்க முடிந்தது.

'ஒருவரை இரண்டு முறை அவுட் செய்தால்தான் அவர் அவுட்' என்ற புதிய விதி ஒன்று சந்திரனுக்காக குமாரவால் அவசரமாக அறிவிக்கப் பட்டது. புதிய விதியால் ஒரு அவுட் கண்டத்தில் இருந்து தப்பித்து ஏழு ரன்களை சந்திரன் எடுத்திருக்கும்போது தூரத்தில் பொலிஸ் வாகனம் ஒன்று வந்தது. இவர்களுக்குப் பின்னால் தீவிரமாக விளையாடிக் கொண்டிருந்த பெரிய பெடியள் அவசரமாக 'விக்கெற்' பெட்டிகளைத் தூக்கி ஓரமாக வைத்துவிட்டு ஒதுங்கி நிற்க, குமாரவும் 'விக்கெற்' பெட்டியைத் தூக்கி ஒரே எறியாக ஒரு கடைக்கு முன் எறிந்தான். பாற்றுடன் நின்ற சந்திரனும், நடப்பது எதுவும் விளங்காவிட்டாலும், குமாரவின் பின்னால் போய் நின்று கொண்டான். இவர்களுடன் நின்ற சின்ன பெடியன்களில் ஒருவன், மிகக் குறுகிய வழி ஒன்றில் இருந்த, தான்வேலை செய்யும் கடைக்குள் புகுந்து மறைந்தான். இவர்கள் மூவரும் பாற்றை தங்களுக்குப் பின்னே வைத்துவிட்டு அதை மறைப்பது போலப் படிகளில் இருந்தார்கள்.

பொலிஸ் வாகனம் கிரிக்கெட் விளையாடிய கோஷ்டிகளை மிக மெதுவாகக் கவனித்தபடி ஊர்வலம் போவது போலப் போனது.

இவர்களையும் தாண்டி பொலிஸ் வாகனம் போன சில நிமிடங்களில் முதலாவது கிரிக்கெட் கோஷ்டி 'விக்கெற்' பெட்டியுடன் வீதியின் நடுவே வர, மற்ற ஒவ்வொரு கோஷ்டியும் அடுத்தடுத்து ஆட்டத்தில் இறங்கியது. தூக்கி ஓரமாகப் போட்ட 'விக்கெற்' பெட்டியைத் தூக்கி வீதியின் நடுவே ஸ்டம்பாக வைக்கப்போன குமார திரும்பி இவர்களைப் பார்த்தான். குடு தர்மபாலவையும் இப்போது அங்கு காணவில்லை. அவன் எப்போது போனான் என்று ஒருவருக்கும் தெரியவுமில்லை. ஆட்டத்தில் இருவர் குறைந்ததால், ஆளுக்கு இரண்டு ஓவர் என்ற புதிய நிபந்தனையுடன் ஆட்டம் தொடங்கியது.

ஆனாலும், ஆட்டத்தில் ஏனோ சுவாரசியம் இருக்கவில்லை. பெடியள் ஓடியோடிப் பந்தை எடுப்பதில் களைத்துவிட்டதாலே கிரிக்கெட் மாட்ச் அத்துடன் நிறுத்தப்பட்டது. மரப்பெட்டியைக் கொண்டு வந்திருந்த பெடியன் அதைப் பத்திரமாக எடுத்துக் கொண்டான். பாற்றும் பந்தும் கொண்டு வந்தவன் அதைக் கவனமாக வாங்கிக்கொண்டான்.

கொஞ்ச நேரம் குமாரவும் சந்திரனும் கிரிக்கெட் விளையாடும் மற்ற கோஷ்டிகளை வேடிக்கை பார்த்தபடி நின்றார்கள். 'அள்ளகண்ட'** என்று நான்கைந்து பேர் ஒன்றாகக் காட்டுக் கத்தல் கத்த, ஒருவன் மேலே அடிக்கப்பட்ட பந்தைப்பிடிக்க வேகமாக ஓடினான். ஓடிக் கொண்டிருந்தவனின் எதிரிலேயே மறுபடியும் ஒரு பொலிஸ் ஜீப் வேகமாக வர அவன் பந்தைத் தவற விட்டுவிட்டு இடுப்பில் கைவைத்து மூச்சு வாங்கினான். 'அள்ளகண்ட' குரல்கள் அடங்கி இருந்தன.

ஜீப்பிலிருந்து குதித்துத் தனது காற்சட்டையை சரி செய்த பொலிஸ்காரன் ஒருவன், பந்தைப் பிடிக்க 'அள்ளகண்ட' என்றபடி கொஞ்ச தூரம் ஓடி வந்து நின்றவனுக்கு 'பளார்' என்று ஒரு அறை விட்டார். அந்தச் சத்தம் ஓயும் முன்னேயே ஒரு சிலர் ஓடி மறைந்தனர். மற்றவர்கள் 'விக்கெற்' பெட்டிகளைத் தூக்கி ஓரமாகப் போட்டுவிட்டுக் கடைகளின் இரும்புக் கதவுகளோடு குற்றவாளிகள் போலக் கைகட்டித் தலை குனிந்து நின்றனர்.

இந்தக் களேபரத்தில் இருந்து தப்பி ஓடி வந்த குமாரவும் சந்திரனும் ஒரு தூணுக்குப் பின்னே நின்றனர். சந்திரனின் இடதுகை குமாரவின் வலதுகையின் இறுக்கமான பிடியில் இருந்தது. ஏன் ஓடுகிறோம் என்று சந்திரனுக்கு மட்டுமல்ல, குமாரவுக்குமே தெளிவாகத் தெரியாது. இப்படித் தொடர்ந்து நடந்துகொண்டுதான் இருந்தது. யாரும் அதற்காக விளையாடுவதை நிறுத்துவதுமில்லை.

மூச்சு வாங்கியது ஒரு பக்கம் இருக்க இருவருக்கும் அந்த இடத்தில் சிரிப்பும் வந்தது. குமார தன்னுடைய அரை டவுசரை மேலே இழுத்துவிட்டு மீண்டும் மீண்டும் சிரித்தான். அது மறுபடி மறுபடி கொஞ்சம் கீழே நழுவி வற்றிய வயிற்றோடு நின்றது. இவர்கள் நின்ற தூணுக்கு எதிரே றோட்டைக் கடந்து அந்தப்பக்கத்தில் குடு தர்மபால பழைய சாக்கு ஒன்றை விரித்து வாழைப்பழங்களைக் கூறுகூறாகப் பிரித்து அடுக்கி வைத்தபடி இருந்தான். பாதிக்கும் மேலான பழங்கள் கறுப்பாக இருந்தன. அவன் மஞ்சள் வாழைப்பழங்கள் விற்பது போலத் தெரியவில்லை. கறுப்பு வாழைப்பழங்களுடன் சில மஞ்சள் வாழைப் பழங்களைக் கலந்து விற்றுக் கொண்டிருந்தான். 'தாயாய் தாயாய் தாயாய் பத்து ரோபா' என்ற குரல், பதிவு செய்யப்பட்ட ஒலிப்பேழையில் ஏற்ற இறக்கம் இல்லாமல் ஒலித்தபடி இருந்தது.

அவனுக்கு சில பத்து அடிகள் தூரத்திலேயே அழுகிய பழைய பழங்கள், காய்கறிகள் கொட்டிக் கிடந்தன. சந்திரனுக்கு அதைப் பார்க்கவே அருவருப்பாக இருந்தது. அதற்கு முன் அப்படியானஒரு காட்சியை அவன் பார்த்ததே இல்லை. அருவருப்பு ஒரு பக்கம் இருந்தாலும் அங்கு நடப்பதை ஆர்வமாகக் கவனித்தான். ஒரு சிலர் குடு தர்மபாலவின் விற்பனைப் பழங்களை மேற்பார்வை பார்த்து விட்டுப் போனார்கள். இரண்டு மூன்று பேர் வாங்கவும் செய்தார்கள். இவனுடைய கவனத்தைப் பார்த்த குமார சத்தம் போடாமல் தனக்குப் பின்னே வருமாறு சைகை காட்டிவிட்டு, இவனை மெதுவாகக் கூட்டிக்கொண்டு றோட்டைக் கடந்து குடு தர்மபாலவின் பின்பக்கம் சற்று தூரத்தில் போய் நின்றுகொண்டான்.

'தாயாய் தாயாய் தாயாய் பத்து ரோபா' குரலின் இடையிடையே குடு தர்மபாலவின் செய்கையில் ஒரு பதட்டம் தெரியத்தொடங்கியது. பார்வையை றோட்டின் இருபக்கமும் கூர்மையாகத் துழாவியபின் வாழைப்பழச் சாக்கில் இருந்து ஒரு வெள்ளி பேப்பரை உருவினான். அது சிகரெட் பெட்டிகளின் உள்ளே இருக்கும் பேப்பர். அது மிக நேர்த்தியாக மடிக்கப்பட்டு பத்து ரூபாய்த் தாள்களுடன் இருந்தது. அதை விரல்களால் மிக நேர்த்தியாக மறுபடியும் ஒருமுறை உருவிவிட்டு அதன்மேல் ஏதோ ஒரு சிறு பொடியை ஒரு சின்ன பேப்பரிலிருந்து எடுத்துப் போட்டான். இரண்டு விரல்களால் போடுவதே இவர்களுக்குத் தெரிந்தது. அது என்னவென்று தெரியாத அளவுக்கு அது மிகச் சிறிய அளவாக இருந்தது. அந்த பேப்பரின் அடியில் நெருப்புக்குச்சியை பற்றவைத்துப் பிடித்தான். ஒரு நொடிப்பொழுதில் கனமாக எழும்பிய புகையை ஒரே இழுவையாக மூக்கால் உறிஞ்சிக்கொண்டான். அடுத்த நொடியே அதைக் கசக்கி

எறிந்துவிட்டு எதுவுமே நடக்காதது போல, 'தாயாய் தாயாய் தாயாய் மாத்தையா தாயாய்' என்று கத்தத் தொடங்கினான்.

பத்து ரூபாய் ஒன்று காற்றில் பறக்க, நிலத்தோடு சேர்த்து அடித்துப் பிடித்துச் சாக்கின் கீழே தள்ளினான். அடுத்த சில நிமிடங்களில் கால் தடுமாறிக் குண்டி அடிபட விழுந்து விழுந்து எழும்பிக் குந்தினான். கால் தொடர்ந்து தடுமாற அந்த முயற்சியைக் கைவிட்டு சம்மணம் போட்டு நிலத்தில் இருந்து 'தாயாய் தாயாய் மாத்தையா பத்து ரோபாய். தாயாய் தாயாய் மாத்தையா பத்து ரோபாய்' என்று கத்தினான்.

---

*குடு - ஒருவகை போதைப் பொருள்

** அள்ளகண்ட - சிங்களத்தில் பிடிங்க என்று பொருள்

21

கருப்பையும், முலைகளுமற்ற
ஒரு மொண்ணைப் பிறப்பிருந்தா
ஒருவேளை கோணேஸ்வரியும், பென்னம்பேரியும்
அங்கே அச்சமின்றி மீண்டும் பிறக்கலாம்.
காதலைப் போல, போருக்கும் வயதில்லை
கைம்மைக்கும் கூடத்தான்.

-தமிழச்சி தங்கபாண்டியன்

'குடு' தர்மபால என்கிற தர்மபாலவின் சொந்த இடம் கண்டியை ஒட்டிய கிராமம். பதினான்கு வயதிலேயே வறுமையில் தோட்டக் கூலியாக வேலை செய்ய வேண்டி இருந்தது. அந்தப் பகுதி ஜே.வி.பி* தோழர் ஒருவர் தர்மபாலவை விளையாட்டுத்தனமாகப் பயன்படுத்தத் தொடங்கினார். வேடிக்கையாகவே ஊர் நடமாட்டத்தைக் கவனித்து வந்து சொல்லுவான். குறிப்பாகக் காவல்துறை நடமாட்டத்தை. அதே தோட்டத்தில் சக கூலித் தொழிலாளர் போலவே இருந்த அந்த ஜே.வி.பி தோழரை, தோட்டக்காரன் தினமும் பலமாகக் கவனித்ததில் அவர்கூடப் பழகுவது தர்மபாலவிற்கும் பெருமையாக இருந்தது. தோட்டக் காரனின் மனைவியே தோழருடன் நெருக்கமாக இருந்ததெல்லாம் பார்க்க தர்மபாலவிற்கு விசித்திரமாக இருந்தது. எது எப்படி என்றாலும் தனக்குத் தோழருக்கு அடுத்த இடம் அந்தத் தோட்டத்தில் இருக்கிறது என்று பெருமையுடன் நம்பியிருந்தான்.

ஒருநாள் இரவில் தோட்டக்காரன் கொல்லப்பட்டான். ஜே.வி.பி தோழர்கள் தோட்டக்காரனைக் கொன்றுவிட்டதாகவும் அவன் கூலித் தொழிலாளர்களைக் கசக்கி பிழிந்தமை மறுக்க முடியாதது என்றும் பரவலாக ஆங்காங்கே பேசிக்கொண்டார்கள். தோட்டக்காரனின் மனைவி முக்கியமான சாட்சியாக இருப்பதால் எப்படியும் ஜே.வி.பி கொலைகாரர்களைப் பிடித்துவிடுவதாக பொலிஸ் தன் பங்குக்கு ஊர் முழுவதும் அறிக்கை விட்டது.

ஒரே இரவில் இரண்டு துணைகளை இழந்த அவள் வாட்டம் 'பாவம்' என்ற ஒற்றை வார்த்தை உள்ளே அமுங்கிப்போனது. அருகாமையில் இருந்த தோட்டங்களில் எல்லாம் இப்போது கொஞ்சம் கூலித் தொழிலாளர்கள் மரியாதையாக நடத்தப்படத் தொடங்கினார்கள். ஆனால், கூலித் தொகைதான் வழக்கம் போல மரியாதையற்றதாக இருந்தது. அது அந்தக் கூலித் தொழிலாளர்களை வன்மமாகவே பார்த்துச் சிரித்தது.

அந்தத் தோழர் தர்மபாலவைக் கூடவே கொண்டுபோனதை யாரும் பேசவில்லை. தங்களுடைய குடும்பங்களுக்கு ஏதாவது தொல்லை வரலாம் என்ற பயம் பலருக்கும் இயல்பாகவே இருந்தது. தர்மபாலவின் வீட்டில் ஏற்கெனவே அவனைக் கவனிப்பதில்லை என்ற நிலை இருந்ததால் அவனைத் தேடுவது என்ற பேச்சே எழுந்திருக்கவில்லை. தோழருடன் ஒற்றைத் துவக்கைச் சுமந்தபடி சில வருடங்கள் ஓடியே போனது தர்மபாலவுக்கு. தினமும் மூன்று வேளையும் சாப்பாடு என்று ஏதாவது போடுவார்கள் என்பதே தர்மபாலவிற்குப் போதுமானதாக இருந்தது. சும்மா இருப்பதற்குச் சாப்பாடு போடப்படுவதெல்லாம்எப்படிச் சாத்தியம் என்று அவன் அதுவரை யோசித்ததே இல்லை. அவனுக்குத் தெரிந்ததெல்லாம் பசியுடனேயே உருண்டு புரண்ட வாழ்வே.

ஜே.வி.பி இலங்கை அரசால் வேட்டையாடப்பட்டதை உணர பிரேமாவதி மன்னம்பெரிக்கு நடந்ததே போதுமானதாக இருக்கும். கதிர்காமத்தின் அழகு ராணியாகத் தேர்வாகி இருந்த பிரேமாவதி மன்னம்பெரி ஜே.வி.பி இயக்கத்தில் இருந்தார். கைது செய்யப்பட்ட மன்னம்பெரியை விசாரணைசெய்வதென்பதே ஆடை அவிழ்த்துச் சித்திரவதை செய்வதாகவே தொடங்கியது. விசாரணையில் களைப் படைந்த இராணுவத்தான் விஜயசூரியா மன்னம்பெரி உடலில்தான் தாகத்தைத் தீர்த்துக்கொண்டான். அவனைத் தொடர்ந்து அவனுக்குக் கீழாகச் சேவையாற்றிய அனைவரும் அணிவகுப்பு வரிசை மாறாமல் வந்து போனார்கள். உயிர் பிரியும் மயக்க நிலையிலேயே கைகளை உயர்த்தியபடி அழகிழந்த அழகுராணி மன்னம்பெரியை

நிர்வாணமாக கதிர்காம வீதிகளில் அழைத்துப் போனார்கள். அனைவருக்கும் பயத்தைக் காட்டியபின் அவளுடலைத் தோட்டாக்கள் துளைத்தன. மிஞ்சி இருந்த உயிர்த்துடிப்பை அடக்க கடைசியாக நெற்றியிலும் சுட்டார்கள்.

நாட்கள் ஓட ஓட ஜே.வி.பி இயக்கத்தவர்கள் இன்னும் இன்னும் தீவிரமாக வேட்டையாடப்பட்டார்கள். சீனாவின் தாராளத் துவக்குகளும் இந்தியக் கொள்கை உதவியும் இலங்கை அரசுக்குப் போதுமானதாக இருந்தன. இருவரது திருப்திக்குப் பிறந்து வளரும் குழந்தையாக மாறி வந்த இலங்கை தன் மக்களை எப்போதும் கூலிகளாகவே நடத்த விரும்பியது.

ஒரு வீடொன்றில் ஜே.வி.பி தோழர் குடு தர்ம்பாலவுடன் மறைந்திருந்தபோது காவல்துறை அந்தப் பகுதியைச் சுற்றி வளைத்தது. ஜே.வி.பி தோழரைக் காவல்துறை அடையாளம் காணும் அளவுக்குத் தகவல்களைத் திரட்டி இருந்தது. தர்மபால காணாமல் போய்க் கனகாலம் ஆனதால் தோற்றமும் மாறி தாடியும் வளர்ந்திருந்தது. சரண் அடையலாம் என்று சிலர் சொன்னபோதும் தோழர் உடன்படவில்லை. சாராயக்குடியும் கூடியதால் பலரும் அவரை விட்டுத் தள்ளிப் போய்க்கொண்டிருந்தார்கள். தர்மபாலவால் அவரை விலகமுடியவில்லை, ஏதோ தடுத்தே வந்தது.

மழை பெய்து கொண்டிருந்த இரவொன்றில் அந்த வீட்டிலிருந்த கணவன், மனைவியைக் காவலுக்கு உதவுமாறும், அதன்படி சில வீடுகள் தள்ளி விழித்திருக்கவும் கோரிக்கை வைத்தார். மழை அதிகமாக இருந்ததாலும் அந்த வீட்டின் பெண்ணுக்குக் காய்ச்சல் இருந்ததாலும் மனைவியை அங்கே விட வேண்டிய நிலையில் கணவன் இருந்தான். இவர்களை மறுத்துப் பேசவும் அவரால் முடியவில்லை. வேறு வழி இல்லாமல் மனைவியை விட்டுவிட்டு அவன் போனான். நள்ளிரவு மழை கொஞ்சம் குறைந்தது. காவலுக்குப் போன கணவனைப் பார்த்து வருமாறு அவன் மனைவி விசும்பத்தொடங்கினாள். தோழரும் அவள் அழுகையைப் பொறுக்க முடியாமல் துவக்கை வாங்கிக்கொண்டு பாதுகாப்பாக அவள் கணவனைத் தேடிப் போனார். அங்கே காவலில் அவள் கணவன் எழுப்ப முடியாத அளவுக்குப் போதையில் தூங்கிக் கொண்டிருந்தான். அவன் அருகிலேயே சாராய போத்தல் குறைச் சாராயத்துடன் கிடந்தது. கடுங்கோபத்தில் அவனைக் காலால் எட்டி உதைத்து எழுப்ப முயன்று தோற்றுப்போன தோழர், அந்த மீதிச் சாராயத்தைக் குடித்துவிட்டு அவனை வெறித்துப் பார்த்தபடி இருந்தார். அவருக்கும் வெறியேறிக் கொண்டிருந்தது. சற்று விடியத்துவங்க

வெறியைச் சமாளித்துக்கொண்டு தான் பதுங்கி இருக்கும் வீட்டை நோக்கி வந்தார்.

மறுநாள் அந்தப் பகுதியில் பெரும் பரபரப்பு ஏற்பட்டது. அவர்கள் பகுதியில் ஜேபிவி நடமாட்டமே இல்லை என்று நம்பியிருந்த நிலையில் இரண்டு ஜே.வி.பியினர் சுட்டுக் கொல்லப்பட்டுக் கிடந்தனர். தர்மபாலவும் அந்தக் காவலுக்குப் போனவனின் மனைவியும் தோட்டங்களைக் கடந்து காட்டில் பதுங்கி இருந்தார்கள். பல்வேறு முறை ஜே.வி.பி தோழரால் தொல்லை கொடுக்கப்பட்டு வந்தபோதும் பொறுமையாக இருந்த அவன் மனைவியால் அன்று பொறுக்க முடியவில்லை. காய்ச்சலில் நொந்திருந்த நாளும் தொல்லை கொடுத்ததால் அந்த இரவில் அழுதிருந்தாள். அவள் அழுததால் தர்மபாலவும் எழும்பி இருந்தான். ஜே.வி.பி தோழர் அவள் கணவனைத் தேடிப்போன பிறகு தர்மபாலவை அவள் கேள்வி கேட்டு அழுதாள். இதுதான் தோழரின் வழக்கம் என்றும் இதற்குமுன் இருந்த வீட்டிலும் இது நடந்தது என்றும் தர்மபால தலையைக் குனிந்தபடிச் சொன்னான். அவனை அவள் காலால் உதைத்துத் தள்ளினாள். அவனுக்கு அன்று கோபம் வரவில்லை. அழுகைதான் வந்தது. அவளை அடிக்க அவனுக்கு அவ்வளவு நேரம் ஆகாது என்றாலும் பேசாமல் இருந்தான்.

விடிந்துகொண்டு வந்தபோதும் தனது கணவன் வராததில் ஏதோ சதி இருப்பதாக அவளுக்குத் தோன்றியது. ஜே.வி.பி தோழர் திரும்பிக் குடிசைக்கு வந்தபோது வாசல் கதவின் உள்ளே வைத்துத் தலையில் தாக்கினாள். அது வலுவான அடி இல்லை என்றாலும் தோழர் நிலை தடுமாறி, துவக்கைக் கீழே போட்டுத் தலையைப் பொத்திப் பிடித்தார். அவள் அந்த இடைவெளியில் துவக்கைத் தூக்கினாள். அவளுக்குத் துவக்கை எப்படிப் பிடிப்பது என்றுகூடச் சரியாகத் தெரியவில்லை. சற்று போதை ஏற்றத்தில் இருந்த தோழர், ''உன் கணவனைக் கொன்றாயிற்று. அடுத்து நீதான்'' என்று கத்தினார். அவன் கண்ணில் அந்த வெறியை இரண்டாவது முறை கண்ட தர்மபால அவளின் கையில் இருந்த துப்பாக்கி விசையை அழுத்தி விட்டான்.

விடிந்தும் மத்தியானம் இரண்டு மணிவரை காட்டில்தான் இருந்தார்கள். தர்மபாலவுக்குப் பசி என்பதே மறந்து போயிருந்தது. சமீபகாலமாகப் பசிப்பதே குறைந்து போனது. அந்தப் பெண்ணால் பசி பொறுக்க முடியவில்லை. காய்ச்சல் இருக்கிறதா என்று யோசிக்கவே முடியாத மனநிலை அவளை வாட்டியது.

தர்மபால காட்டைவிட்டு வெளியே போகக் கொஞ்சமும் விரும்பவில்லை. அவளின் நிலையைப் பார்த்த பிறகு போய்த்தான்

ஆகவேண்டும் என்று சூழல் தள்ளியது. ஒவ்வொருவராகப் போகலாம் என்று இருவரும் முடிவு செய்தார்கள். தனது பேற்றோரின் வீடு அந்தக்காட்டுக்கு வலதுபக்கம் இருப்பதாகவும் இப்போது நடக்கத் தொடங்கினால் இருட்டும் போதாவது போய் விடலாம் என்று உறுதியாகக் கூறினாள்.

இரண்டு பேருமாக வாழைத் தோட்டம் ஒன்றுக்குள் நுழைந்தனர். தர்மபால தன் தலையிலிருந்த சாக்குப் பையை எடுத்து அதில் வாழைக்குலைகள் இரண்டைப் பிடுங்கிப் போட்டு அவள் தலையில் வைத்தான். அவளிருந்த பலவீனமான நிலையில் அதைத் தூக்க வலுவில்லாமல் இருந்தாள். அதை உணர்ந்தவன் ஒரு வாழைக் குலையை வெளியே எடுத்துவிட்டு ஒன்றோடு சாக்கைத் தூக்கி அவள் தலையில் வைத்தான். இருவரும் ஓட்டமும் நடையுமாகத் திரும்பி திரும்பிப் பார்த்தபடி வீதிக்கு வந்தார்கள். வீதி முழுவதுமே சேறும் சகதியுமாகக் கிடந்தது. சிலர் ஆங்காங்கு போய் வந்தபடி இருந்தார்களே தவிர யாரையும் யாரும் கவனிக்கக்கூடிய நிலையில் ஊர் அப்போது இருக்கவில்லை.

ஊர் வீதிகளைத் தாண்டிச் சற்றுப் பிரதான வீதியை எட்டி வந்திருந்தார்கள். எப்படியும் சில மணி நேரங்களில் அவள் பெற்றோரின் வீட்டை அடைந்துவிடலாம் என்று கொஞ்சம் நிம்மதியாக நடந்தார்கள். அப்போது இவர்களைத் தாண்டிப் போன வாகனம் ஒன்று திரும்பி வந்தது. அது அருகே வரும்போதுதான் அது பொலிஸ் வாகனம் என்றே இவர்கள் கணித்தார்கள். தர்மபால ஒரு கணமும் யோசிக்காமல் சற்றுத் தூரத்திலிருந்த பழைய மதில் ஒன்றைத் தாண்டிக் குதித்து ஓடினான். அதைச் சற்றும் எதிர்பார்க்காத பொலிஸ்காரர்கள் அவனை நோக்கிச் சுட்டார்கள். தலையில் வாழைக்குலையுடன் அப்படியே திகைத்து நின்ற அவளைத் தலைமுடியில் பிடித்து இழுத்துப்போய் வாகனத்தில் ஏற்றினார்கள்.

தர்மபால ஓடிய வேகத்தில் வழுக்கி, பழைமையான மண்மூடிக் கிடந்த கிணறொன்றில் விழுந்தான். அவனால் அசையக்கூட முடியாது என்கின்ற அளவுக்கு அவன் உடல் சோர்ந்து மூச்சு வாங்கிக் கிடந்தது.

அன்றிரவே இரண்டு கிழவிகளும், அந்தப் பகுதியில் பிச்சையெடுக்கும் கால் ஊனமுற்ற ஒரு பெண்ணும், பொலிஸ் வாகனத்தில் ஏற்றப்பட்ட பெண்ணும் சுட்டுக் கொல்லப்பட்டுக் கிடந்தார்கள். அங்கே கிடப்பதுகூடச் சரியல்ல என்று சாக்குகளில் உடல்களைப் போட்டுக் கட்டித் தூக்கிக்கொண்டுபோய் ஓடிக் கொண்டிருந்த ஆறொன்றில் வீசியது பொலிஸ். வாழைக்குலை

வாகனம் ஒன்றில் இரவு முழுவதும் பதுங்கி இருந்த தர்மபால கொழும்பை நோக்கிப் போய்க்கொண்டிருந்தான். அவனுக்கே தான் எங்கே செல்கிறோம் என்று தெரிந்திருக்கவில்லை.

---

* ஜே.வி.பி. - சண்முகதாசன் தலைமையிலான இலங்கைக் கம்யூனிஸ்ட் கட்சியில் இருந்து ரோகண விஜய வீர என்பவரால் தொடங்கப்பட்டதே ஜே.வி.பி அமைப்பாகும். சோசலிச சமத்துவத்துக்குப் பாடுபடுவதாகத் தொடங்கிய இக்கட்சி ஆயுதப்பாதையிலும் அடியெடுத்து வைத்தது. இலங்கையின் வறிய மக்களின் பேராதரவைப் பெற்று வந்த இக்கட்சி இலங்கை தெற்கின் சில பகுதிகளை முழுமையாகக் கைப்பற்றியது. பல பொலிஸ் நிலையங்கள் தொடர்ந்து தாக்குதல்களுக்கு உள்ளாகியது. கிளர்ச்சி வேகமாகப் பரவியதால் இலங்கை அரசு சர்வதேச உதவியைக் கோரியது. சீனா, இந்தியா இரண்டின் உதவியுடன் ஜே.வி.பி ஒடுக்கப்பட்டது. ஆயிரக்கணக்கான ஜே.வி.பி இளைஞர்கள் யுவதிகள் கொல்லப்பட்டனர். சந்தேகத்தின் பெயரிலேயே பலர் கொல்லப்பட்டனர். ஜே.வி.பி தலைவர் ரோகண விஜய வீரவும் பொலிசாரால் கொல்லப்பட்டார்.

22

விசாகர் தலையைத் தூக்கிப் பார்த்தார் அறை வாசலில் டீக்கடை நானா ஒரு போத்தலுடன் நின்றிருந்தார். கட்டிலில் எழும்பிக் குந்தியும் என்னவென்று விளங்காமல் தாரணியையே பார்த்துக் கொண்டு இருந்தார். மண்ணெண்ணெய் குக்கர், சிறிய பானை, சட்டி – மூடி, மேசையில் பூட்டக்கூடிய தேங்காய் துருவும் கருவி, கரட் உரசும் தட்டு எல்லாமும் அறையில் புதிதாக வந்திருந்தன. கூடவே தினமுரசும் ஒரு சினிமாப்புத்தகமும். அந்த சினிமா புத்தகத்தின் அட்டையில் சிவப்பு வலை போன்ற ஆடையுடன் காதல் இளவரசன் பிரசாந்த்.

மண்ணெண்ணெய் குக்கரை தாரணி எடுத்துத் தயாராக வைத்தபோது தான் நானா மண்ணெண்ணெய் கொண்டுவந்திருக்கிறார் என்று விசாகருக்கு விளங்கியது. அப்போது வெளியிலிருந்து அறைக்கு வந்த சந்திரன், சினிமா புத்தகத்தின் கீழே இருந்த ராணி காமிக்ஸ் புத்தகம் ஒன்றை உருவி எடுத்தபடி, முகமூடி வீரர் மாயாவி போலக் கட்டிலில் தாவி ஏறி அப்பாவைக் கடந்து சுவரோடு போய் சாய்ந்துகொண்டான். விசாகருக்கு அது அப்போதுதான் தெரிந்தது. ‘‘ஓகோ’’ என்றபடி துவாயை எடுத்துக்கொண்டு குளிக்கப்போனார்.

கொழும்பன்ரி அவசரமாக அறைக்கு வந்து தாரணி அருகே நிலத்தில் இருந்தார். ‘‘என்ன எல்லாம் ஓக்கேதானே’’ என்றபடி மண்ணெண்ணெய் ஸ்டவ்வைக் கூட்டிக்குறைத்துப் பார்த்தார். அறையில் பெரிதாகப் புகை இல்லை என்றாலும் மண்ணெண்ணெய் மணமும் கண்ணெரிவும் கொஞ்ச நேரத்திலேயே வேலையைக் காட்டியது. கதவைத் திறந்துவிடச் சொல்லி தாரணி சொன்னாள்.

அதற்காகவே காத்திருந்தது போலக் கதவைத்திறந்து விட்டுவிட்டு அங்கிருந்து போய் மனேஜர் வரவேற்பறைக்கு முன்னே இருக்கும் பெரிய அறையில் குந்தினான் சந்திரன்.

ஒரு பெரிய சட்டியில் பாண் துண்டுகளை ஊறப்போட்டிருந்தார்கள். பக்கத்தில் காட்ஸ் அடி பலமாக நடந்தபடி இருந்தது. இறுக்கமான கறுப்பு டீசேர்ட்டும் ஜீன்ஸூம் போட்டபடி சங்கர் அப்போதுதான் வந்து சேர்ந்தான். சங்கரைப் பொதுவாக சந்திரன் கண்டது மிகக் குறைவு. சந்திரன் எழும்பமுதலே லொஜை விட்டுப் போகும் சங்கர் அவன் நித்திரை கொண்ட பிறகே வருவதால் அது சாத்தியமில்லை. ஞாயிறு அன்று இருவரும் சந்தித்தால்தான். நல்ல வெள்ளையான தோற்றமும் உருண்டையான முகமுமாக இருந்த சங்கருக்குச் சற்றுத் தொப்பையான வயிறும் இருந்தது. டீ சேர்டைக் கழற்றியபோது தொப்பை வயிறு வெளியே வந்தது. ''இதுக்கு மேல பாண் ஊறினா களியாகிடும்'' என்று சங்கர் சொன்ன உடனேயே அங்கிருந்த மூன்று ஒல்லியான பெடியளும் பாண் துண்டுகளைத் தூக்கி வாயில் போட்டு விழுங்கத் தொடங்கினார்கள். சங்கரோடு வேலை செய்யும் அந்த மூன்று பேரில் ஒருவன் மிக ஆர்வமாக விழுங்கினான்.

பாணை இப்படிப் பச்சைத் தண்ணீரில் ஊறப்போட்டுச் சாப்பிட்டால் உடம்பெடுக்கும் என்று ஒரு ஆராய்ச்சி அப்போது கொழும்பு இளந்தாரிகளிடம் பரவி இருந்தது. இந்தக் கதையை லொஜூக்குக் கொண்டு வந்தது சங்கர் கோஷ்டிதான். கருவாட்டுக் கடையில் இவர்கள் எல்லோரும் அவ்வப்போது கருவாட்டு மூட்டையும் தூக்க வேண்டி வரும். சங்கர் போல இவர்களுக்கு உடம்பு இல்லாதது ஒரு குறையாக மட்டுமே அல்ல, அந்த உடம்பு தேவையாகவும் இருந்தது. சங்கர் ஏதோ கேள்விப்பட்டதாக இதைக் கூட வேலை செய்யும் ஒருவனுக்குச் சொல்ல, இது லொஜ் முழுவதும் பரவியது. இந்த ஆராய்ச்சி அங்கிருந்த சிலரது அறைகளுக்கும்கூடப்பரவி இருந்தது. ராணி காமிக்சை ஒரு கையில் சுருட்டிப் பிடித்தபடி சந்திரனும் ஒரு பாண் துண்டை எடுத்து வாயில் போட, அங்கு பயங்கரச் சிரிப்பு பரவியது. எட்டிப்பார்த்த பஞ்சவர்ணமும் இந்தக் கூத்தைப்பார்த்துச் சிரித்துவிட்டுத் தலையில் அடித்துக்கொண்டார்.

கொழும்பன்ரி அமைதியாகவே இருந்தது தாரணியை ஏதோ செய்தது. கொழும்பன்ரி எப்போதும் உற்சாகமாகவே இருப்பார். இன்று அவரது செயற்பாடு அவளுக்கு மனக்கஸ்டத்தைப் பெருக்கியது. கொஞ்சம் உருளைக்கிழங்கு குழம்பை அவர் தட்டில் போடப்போனவளை அப்படியே கையோடு பிடித்து, ''போதும் பிள்ளை'' என்று சிணுங்கலான குரலில் சொன்னா கொழும்பன்ரி.

அவாவைத் திட்டுவது போலப் பாவனை செய்து மறுபடியும் அவாவின் தட்டில் கறியைப் போட்டாள்.

மறுநாள் மகனைப் பார்க்கப் போகவேண்டும் என்ற கவலை வந்திருந்தது அன்ரிக்கு என்பது அப்போதான் தாரணிக்குத் தெரிந்தது. இப்போதெல்லாம் முன்போல உற்சாகமாக அவாவால் இருக்க முடியவில்லை. சிறையில் இருந்தாலும் மகனை நம்பிக்கையோடு பார்த்து வந்தார். எப்படியும் வெளியே எடுக்கலாம் என்பதை விட அவனைப் பத்திரமாக வெளியே எடுப்பது என்ற புதிய கவலை சூழ்ந்திருந்தது. கடைசியாகப் பார்க்க போனபோது மகன் மெலிந்து வருவதை அவாவின் கண்கள் உறுதிப்படுத்தின. பல்வேறு சித்திரவதைகளை விசாரணையில் எதிர்கொண்டிருந்தாலும் உடலால் பலமானவனாகவே தன்னை வெளிக்காட்டி வந்தான். தாயைச் சந்தோசப்படுத்த தனது கை ஆம்சை பிடித்துக் காட்டுவான். ஊரில் தன்னால் தனியாகத் தூக்கமுடியாமல் கிடந்த கல் உரலை, வந்ததும் தூக்கிக் காட்டுவதாகப் பலமுறை சொல்லி இருந்தான். அவனின் திடீர் உடல் மெலிவு அவாவுக்குச் சாதாரணமாகத் தெரியவில்லை. அதை உறுதிப்படுத்தினார் வழக்கறிஞரின் உதவியாளர்.

புதிதாக வந்திருக்கும் சில காவலர்கள் ஒன்றிணைந்து பாலியல் தொல்லைகளைக் கொடுத்து வருவதாக வழக்கறிஞரிடம் கூறி உள்ளான். இதனால் பலரும் பாதிக்கப்பட்டு வந்தாலும்கூட இதைப் பொறுத்துக் கொள்ளுமாறே அவர் பேச்சு மறைமுகமாகக் கூறியது. இதைப் பிரச்சினை ஆக்கினால் பாதிப்பு பலருக்கும் வரலாம் என்று அவர் பயந்திருந்தார். மேலோட்டமாகத் தனக்கு இணக்கமான பொலிஸ் மட்டத்தில் விசாரித்தபோது இதில் பலரும் தொடர்வு படுவதால் பெரிதுபடுத்த வேண்டாம் என்ற எச்சரிக்கை வழக்கறிஞருக்கு வந்திருந்தது. இனிமேல் பிரச்சினை இருக்காது என்று வழக்கறிஞர் பலமுறை தொடர்ந்து கூறி வந்தாலும் உள்ளே எந்த முன்னேற்றம் இருக்கவில்லை. ஏற்கெனவே கொஞ்சம் ஆரம்பக்கட்டத்தில் இருந்த அல்சர் இப்போது அதிகரித்திருந்தது. அவனுக்குச் சாப்பாட்டை வாயில் வைத்தாலே சிலவேளைகளில் குமட்டிக்கொண்டு வந்தது. இரவில் பயங்கரக் கனவுகளுடன் வேர்வையும் உடலின் நீர்களும் பல்வேறு வகையாக வழிந்து அவனை மனதாலும் உடலாலும் அலைக்கழித்தன.

வழக்கறிஞரைப் போய்ப் பார்த்து அழுதிருந்தார் கொழும்பன்ரி. அவருக்கும் கண்கள் அப்போது கலங்கி இருந்தன. உதவியாளருக்குச் சட்டையைப் பிடித்து ஒரு அறை கொடுத்துத் தள்ளி விட்டார். ''அன்ரீட்ட எப்படி நான் சொல்லுறது'' என்று தலையைக் குனிந்தபடி

இருந்தார். நீண்ட நேரத்திற்கு அங்கு அமைதி நிலவியது. ''அன்ரி நீங்க வேற யாரையாவது'' என்று பேச்சை ஆரம்பித்த வழக்கறிஞர், அன்ரி என்ன சொல்வது என்று யோசிக்கும்போதே மறுபடியும் தானே பேசினார். ''அவனை ஏதாவது செய்து போடுவாங்கள் நாயள். முதலில் வெளிய கொண்டு வரும் பிள்ளைய. என்னாலையே இதெல்லாம் தாங்க முடியேல்ல'' என்று சலித்துத் தலையை இரு பக்கமும் ஆட்டிக் கொண்டார். ஏதாவது நல்ல தகவல் வரும் என்று கொழும்பன்ரி கவலையுடன் இருந்தார். ''அன்ரி, நானும் நாளைக்கு வரட்டா'' என்ற தாரணியின் குரலில், தன் கையிலிருந்த சாப்பாட்டுக் கோப்பையை நழுவவிட்டார் கொழும்பன்ரி. ''விசரி, உன்ர கொப்பருட்டை அடிவாங்கி தராம விட மாட்ட போல. குழம்பு நல்லா இருக்கு, அதை விடு'' என்றார்.

23

அடுத்த நாள் காலையிலேயே கொழும்பன்ரி வந்து தாரணியைப் பார்த்துவிட்டுப் போனார். அவள் விருப்பப்பட்டுக் கேட்டிருந்தாள். சொன்னதுபோலவே காலை ஆறு மணிக்கெல்லாம் உருளைக் கிழங்கும் கருவாடும் போட்டுக் குழம்பு வைத்திருந்தாள். மிகச் சிறிய சட்டியிலிருந்த குழம்பை சின்ன டப்பா ஒன்றில் விட்டு மூடிக் கொடுத்தாள். டப்பாவில் சூடு தெரிந்தது. இடியப்பமும் சம்பலுமே மகனுக்கு விருப்பம் என்பதால் எப்போதும் போல அதை மட்டுமே கொண்டு போக இருந்த அன்ரி மறுக்க முடியாமல் இதையும் வாங்கிப்போனார்.

ஒன்பது மணிக்கெல்லாம் பொன்சர் விசாவுக்கான மெடிக்கல் செக்கப்புக்கு மூவரும் போக வேண்டி இருந்ததால் விசாகரும் மகனும்கூட அப்போது நித்திரையால் எழும்பி இருந்தார்கள். குளிக்கப் போகப் பஞ்சிப்பட்ட சந்திரன் மட்டுமே அப்பாவின் பேச்சை வாங்கிக்கொண்டு திரும்ப திரும்பக் கட்டிலில் விழுந்து உருண்டுகொண்டிருந்தான். தாரணி அவனை எழுப்பித் துவாயோடு அறை வாசல் வரை கொண்டுவந்து தள்ளி விட்டாலும், குளியலறையில் ஆட்கள் இருப்பதாகத் திரும்பி வந்தான்.

பொறுப்பு பட்டுச்சட்டை எல்லாம் போட்டுப் பளபளப்பாக வந்து கவுண்ட்டரில் இருந்தார். இடையிடையே மணிக்கூட்டைத் திருப்பி திருப்பிப் பார்த்தார். அவர் கைக்குப் பொருத்தமே இல்லாமல் அது தொங்கிக்கொண்டு கிடந்தது. தன் வாழ்க்கையில் பல காலமாகச் செருப்பேபோட்டிராத விசாகர் மக்களின் கட்டாய வேண்டுகோளை மதிக்க வேண்டிய நிர்ப்பந்தத்தில் இருந்தார். கொழும்பில் இருந்த

காலம் தொடங்கி ஊரில் சுற்றிய இத்தனை வருடம் வரை அவர் செருப்புப் பற்றி யோசித்ததே இல்லை. ஊரில் பொதுவாகவே பலர் செருப்பு அப்போது வரை போட்டதில்லை. அதற்கான முக்கியத்துவம் எதுவுமே இருக்கவில்லை. பள்ளிக்கூடம் போகும் சிறுவர்கள் செருப்பு போட்டு ஒரு ஐந்தாறு வருடங்கள் இருக்கும். வாத்தியார்கள் பெரும்பாலும் போட்டு விடுவார்கள். யாழ்ப்பாணம் படிக்கப் போனவர்கள், எப்போதாவது கொழும்பு போவோரெல்லாம், யாராவது வைத்திருந்தால் வாங்கிப் போட்டுக்கொண்டு போவார்கள். பத்திரமாகத் திரும்பி வந்து விடும். அப்போது ஏனோ பெரிதாக யாரும் தங்களுக்கும் ஒரு சப்பாத்தோ செருப்போ வாங்க ஆர்வம் காட்டியதில்லை.

பள்ளியில் கொடுக்கப்பட்ட சீருடை, செருப்பு, அடிமட்டம் இவைகளைப் பயன்படுத்த வேண்டிய கட்டாயத்தில்தான் சந்திரன் செருப்பு போட்டுப் பழகி இருந்தான். அதுவும் பள்ளியோடு சரி. வீட்டில் அது ஒரு ஓரமாகக் கிடக்கும். எந்த விளையாட்டாக இருந்தாலும் செருப்போடு அவனால் விளையாட முடிவதில்லை. இது ஊரில் உள்ள பெடியளுக்குப் பொதுவான பிரச்சினைதான். தாரணிக்கு அந்தப் பழக்கம்கூட மிகக் குறைவு. ஏதோ கொழும்பு போகிறோம் என்பதால் முன்வீட்டு அக்கா கொடுத்ததைப் போட்டுக் கொண்டு வந்திருந்தாள். சந்திரனுக்குப் பள்ளியில் கொடுத்ததே போதுமானதாக இருந்தது.

விசாகருக்குச் செருப்பு முதற்கொண்டு எல்லாமே சோதனையாக இருந்தது. கொழும்பு வந்தும் பெட்ரா றோட்டின் சகதிகளிலும் அவர் செருப்பு போட்டிருக்கவில்லை. கடைக்குப் போனாலும் லொஜ் வந்தாலும் நேரே போய்க் காலைக் கழுவி விடுவார். அவராலே நிச்சயமாகக் கழுவாமல் இருக்கவே முடியாது. பாதங்களில் பித்த வெடிப்புகள் இருந்ததால் எவ்வளவு கழுவினாலும் கறுப்பு அடையாளங்கள் தென்படத்தான் செய்யும்.

கொச்சிக்கடை அந்தோணியாரைப் பார்த்து வரும்போது மார்க்கெட்டில் சட்டிப் பானை மட்டுமே அல்ல, விசாகருக்குச் செருப்பும் தாரணி வாங்கி வந்திருந்தாள். அதற்கும் ஒரு சண்டை அப்போது வேண்டாம் என்று கட்டிலின் கீழே சுவரோடு போட்டு வைத்திருந்தாள். செருப்பை எடுத்துக் கால்களுக்கு நேராக வைத்தபோது அப்படியே கொஞ்ச நேரம் பார்த்துக்கொண்டிருந்தார். செருப்புகளைக் காலில் போடவே கொஞ்சம் கஸ்ரப்பட்டார். காலுக்கு வழுக்கி வழுக்கி அது முன்னே போனது. ஒரு காலால் செருப்பை மிதித்தபடியேதான் மற்றக்காலில் அவரால் செருப்பைப் போட்டுக் கொள்ள முடிந்தது. குனிந்து போடவும் தொப்பை வயிறு

அனுமதிக்கவில்லை. இதை எப்படி ஒவ்வொரு இடமாகப் போட்டுக் கழற்றப் போகிறோம் என்ற அடுத்த கவலை ஆட்டிப்படைக்கத் தொடங்கியது.

ஆட்டோ பயணத்தில் பொறுப்பு ஆலோசனைகளை வழங்கிக் கொண்டே வந்தார். செருப்பு எப்போதும் வழமையான பழக்கம் போலக் கால்களில் போட்டுக் கொண்டிருக்கவேண்டும். முகத்தைச் சிரிப்பது போல வைத்திருக்கவேண்டும். எப்போதும் கதிரையில் நிமிர்ந்திருக்க வேண்டும். தேவையில்லாமல் பேசக்கூடாது. சத்தமாகப் பேசவோ சிரிக்கவோ கூடாது. பொறுப்பு சொல்லிக் கொண்டு வந்த எல்லாவற்றையும் கேட்க, இதற்காகவே பொறுப்பை ஆட்டோவில் இருந்த தள்ள வேண்டும் போல இருந்தது விசாகருக்கு. தாரணி அவ்வப்போது விசாகரைப் பார்த்தபோது மகளும் அதைத்தான் நினைக்கிறாள் என்று தெரிய விசாகருக்கு ஓரளவு நிம்மதியாக இருந்தது.

இவைகளைவிட காலையில் எழும்பிய உடனேயே கனடா அக்கா சொன்னதாக ஏதோ கட்டுரை போல எழுதி விசாகரிடம் தாரணி கொடுத்திருந்தாள். பேப்பரை வாங்கி வைத்தபடி, ''என்னெண்டு சொல்லும்'' என்று இரண்டு முறை கேட்டுப் பார்த்தார். ''உங்கட மூத்த மகள் சொன்னதுதான் இதெல்லாம். நான் ஒண்டுக்கும் பொறுப்பில்லை'' என்றபடிக் குளிக்க ஓடிவிட்டாள். விசாகர் அதை வாசிக்க ஆரம்பித்தார்.

''உங்களுக்கு வயது கூடிக்கொண்டு போகிறது. ஆகவே எப்படியும் பிறசர், சக்கரவியாதி ஏதாவது வந்திருக்கும். ஊரில் இதெல்லாம் சோதிச்சு நீங்க பாத்திருக்க மாட்டீங்க. எண்டாலும் நாம கவனமாகத்தான் இந்த மெடிக்கலைச் செய்ய வேண்டும். உங்க உடம்பில ஏதாவது வியாதி என்றாலும் பொன்சர் தள்ளிப் போகலாம். அதனால சொல்லுறதுகளைக் கொஞ்சம் கேட்டு நடவுங்கோ. இதை நான் ரெலிபோனில சொன்னால் ரெலிபோனை உடைச்சுப் போடுவியள். அதுதான் தங்கச்சி மூலமா சொல்லுறேன். உங்கட மூத்திரத்தைப் பரிசோதனை செய்ய ஒரு சின்னப்போத்தல் தந்து ஒரு கக்கூசுக்க விடுவாங்கள். சந்திரன் சின்னவன் எண்டதால எப்படியும் உங்களோடதான் அவனையும் விடுவினும். பெரிய வேலை எல்லாம் ஒண்டுமில்லை. உங்களுக்கு தாற அந்த போத்தலுக்க பாதி உங்கட மூத்திரமும் மீதி சந்திரன்ர மூத்திரமுமா கலந்துவிட்டு குடுத்தா போதும். இஞ்ச வந்திருக்கிற நம்மட ஆக்கள்தான் நம்மட நல்லதுக்குச் சொன்னது. கோவிச்சுக்கொள்ள வேணாம். எல்லாம் நல்லதுக்குத்தான்.''

ஒருவாறாக அங்கு போய்ச் சேர்ந்த பிறகு பொறுப்பு சொன்னவைகள் சரிதான் என்பதுபோலவே காட்சிகள் இருந்தன. விசாகரைப் போலவே வயதானவர்கள் இரண்டு பேர் வந்திருந்தனர், ஆளுக்கு ஒரு குடும்பத்துடன். அவர்களும் அன்றைக்குப் போட்ட புதுச் செருப்பு என்பதால் கால் விரல்களால் இறுக்கமாகப் பிடித்திருந்தனர். அந்தக் கட்டடம் எங்குமே நவீனமான பளிங்குத் தரையாக இருந்ததால் நிச்சயமாக யாராவது வழுக்கி விழுவார்கள் என்றே விசாகர் நம்பினார். மகளைத் திரும்பிப் பார்த்தார். கண்களில் பயம் தெரிந்தது. ''இரவு ஏழு மணிக்கெல்லாம் புளியமரத்தடியால் தனியாக வருவாள் என்ர மகள் தாரணி'' என்று விசாகப்பெருமாளின் ஊரில் பலமுறை கேட்டிருக்கிறது. கொழும்பில் அதெல்லாம் கேட்காது. சந்திரன் இருந்த இடத்தில் இருந்து அசையாமலே கண்களைச் சுழற்றிக் கட்டடத்தை நன்றாகச் சுற்றிப்பார்த்தபடி இருந்தான்.

ஒரு ஊழியர் வந்து குடும்பத்தலைவர் ஒருவரின் பெயரைச்சொல்ல, அந்தக் குடும்பம் எழுந்து போனது. இப்படி ஒவ்வொருவரும் போய்க்கொண்டிருந்தார்கள். வயதானவர் ஒருவர் விசாகருக்குப் பக்கத்தில் இரண்டு மகள்களோடு வந்திருந்தார். அவருடைய இருமகள்களும் தாரணி வயதை ஒத்தவர்களாகவே இருந்தனர். அடுத்ததாக விசாகப்பெருமாள் என்றபோது அவசரமாகவே எழுந்து நின்றார் விசாகர். அவரைத் தொடர்ந்து தாரணியும் சந்திரனும் எழும்பினார்கள். இவர்களின் பதற்றம் அந்த ஊழியருக்குக் கழிவிரக்கத்தைத் தந்திருக்கலாம். ''அவசரம் ஒண்டுமில்லை. அவசரப்படாதீங்க'' என்று கொஞ்சம் சிரித்தபடிக் கூட்டிப்போனார்.

ஒரு அறையில் விசாகரும் சந்திரனும் நின்றிருந்தார்கள். அதனுள்ளே நவீன கழிவறை இருந்தது. ஒரு படுக்கை அறை அளவுக்கு அந்த அறை பெரிதாக இருந்தது. விசாகரிடம் இரண்டு மிகச்சிறிய போத்தல் களைக் கொடுத்து அனுப்பி இருந்தார்கள். சந்திரனை சிறுவன் என்கிறபடியால் விசாகரோடே அனுப்பினார்களா அல்லது அதுதான் நடைமுறையா என்று தெரியவில்லை.

கைகழுவும் தொட்டியில் பைப்பைத் திறந்து கண்ணைக் கொஞ்சம் துடைத்துக்கொண்டார். இப்போதும் கொஞ்சம் ஆசுவாசமாக இருந்தது. ஒரு போத்தலை அதில் வைத்தார். இரண்டாவது போத்தலின் மூடியைக் கழற்றி அதில் வைத்துவிட்டு, போத்தலை எடுத்துக்கொண்டு சந்திரனை ஒருதடவை திரும்பிப் பார்த்தார். சந்திரன் என்ன செய்யவேண்டும் என்று தெரியாமல் அப்பாவையே பார்த்துக்கொண்டு நின்றான். அந்தச் சூழல் அவனையும் அப்போது குழப்பத்தில் ஆழ்த்தி இருந்தது.

விசாகர் சற்று முன்னே இருந்த கழிவறைக் கோப்பைக்கு மேலே போய் நின்றுகொண்டார். வேட்டியை நன்றாகத் தூக்கிக் கொண்டார். சில நொடிகளில் சிறு போத்திலை நிறைத்து சிறுநீர் பாய்ந்து கொண்டிருந்தது. அது நிறைந்து விட்ட பிறகும் சிறுநீர் ஆறாக ஓடியது. தனக்குப் பயத்தில் சிறுநீர் அதிகமாகப் போகிறதோ என்ற சந்தேகமும் விசாகருக்கு வந்து வந்து போனது. இப்போது வேட்டியை இறக்கினார். இரண்டு இஞ்ச் உயரமுள்ள அந்த போத்தலில் தளும்பதளும்ப சிறுநீர் சற்றுத் தேனீர் நிறத்தில் இருந்தது. அவ்வளவு கஸ்டப்பட்டு போத்தலில் எடுத்த சிறுநீரை மிக அவதான மாகக் கவனித்தபடிச் சொட்டு சொட்டாகக் கீழே ஊற்றினார். சிறுநீர் போத்தலின் பாதியளவுக்கு வந்ததும் விசாகரின் முகத்தில் பெரிய நிம்மதி ஒன்று வந்தது. முகம் முழுவதும் சிரிப்பாக சந்திரனைப் பார்த்தார். கனடா என்னும் பெரு வாழ்வே அப்போது சிறுநீரில்தான் தங்கி இருந்தது.

சந்திரனைக் கூப்பிட்டுக் கழிவறைக் கோப்பைக்கு நேராக நிற்க வைத்தார். இப்போது அவர் கையில் மூடிதிறக்கப்பட்ட புதிய போத்தலுடன் அவரின் சிறுநீர் பாதியளவு நிரப்பிய போத்தலும் இருந்தது. ''பெய். பெய்யடா'' என்று சந்திரனைப் பார்த்துச் சொன்னார். சந்திரனுக்கு எப்போதும் இல்லாத பதற்றம் அப்போதுதான் வந்தது. வீட்டு முற்றத்து குறோட்டனுக்குச் சிறுநீர் பாய்ச்சியதற்கே தர்ம அடி வாங்கிய ஞாபகம் எல்லாம் வந்து வந்து போனது. பான்ட் ஜிப்பைத் திறக்கவே பஞ்சிப்பட்டான். ஜிப்பைத் திறந்த பின்னும் தலையைச் சொறிந்தான். விசாகருக்கு அவன் செய்கை எரிச்சலை வரவழைத்தது. ஆனால் அதை வெளிக்காட்டிக்கொள்ளாமல், ''பெய்யன் தம்பி'' என்று போத்தல்களையே பார்த்தார். சந்திரனும் அப்போது ஒத்துழைக்க முயன்றான், ஏனோ வரவில்லை. அவனுக்கே கைகள் வேர்த்தன. பாதமும் வேர்ப்பது செருப்பின் மேலான அழுத்தத்தில் தெரிந்தது. விசாகர் ''சரி'' என்று சொல்லிவிட்டுச் சற்றுத் தள்ளித் தரையிலே குந்தி இரண்டு போத்தல்களையும் கீழே வைத்தார். அவனைப் பார்க்காமல் கைகளைக் கழுவத் தொடங்கினார். அவர் கை கழுவி திரும்பிப் பார்த்தபோதே இரண்டு போத்தல்களும் நிரம்பி வழிந்தன. போத்தல் நிறைந்ததால் நிறுத்த முடியாது என்பதால் அவன் முடிக்கும் வரை பொறுமையாக நின்றார் விசாகர். அவன் ஜிப்பை மூடிவிட்டு இரண்டு போத்தல்களையும் எடுத்துக் கவனமாக விசாகரிடம் நீட்டினான். பத்திரமாக வாங்கி இரண்டு போத்தல்களையும் மூடி அதன்பிறகு அதைத் தண்ணீரால் கழுவி கண்களுக்கு நேராகப் பிடித்துப் பார்த்தார்.

விசாகரின் மூத்த மகள் தங்கை தாரணியிடம் இந்த ஏமாற்றும் திட்டத்தைக் கிட்டத்தட்ட ஒன்றரை மணி ரெலிபோன் மூலமாக விளங்கப்படுத்தி இருந்தாள். அது சில நிமிடங்களில் நிறைவேறியது. இரண்டு போத்தலின் சிறுநீருக்கும் அவ்வளவு பெரிய வித்தியாசம் இருக்கவில்லை. ஆனாலும், இருந்தது. வேட்டியைக் கசக்கி முட்டுக்கால்களுக்குள் பாரம் கொடுத்துவிட்டுக் கழிவறையைச் சுத்தம் செய்யத் தொடங்கினார் விசாகர். சந்திரனுக்கோ எப்போது லொஜுக்கு ஓடலாம் என்றிருந்தது.

அடுத்த அறையில் அக்கா தாரணியைக் கண்டபோதுதான் சந்திரனுக்குக் கொஞ்சம் நிம்மதி வந்தது. ஆனால், அவள் கண்கள் கலங்கி இருந்தன. விசாகருக்கும் அப்போது வந்திருந்த நிம்மதி உடனேயே போய்விட்டது. அந்தச் சூழல் சந்திரனுக்குத் திடீர் அழுகையைக் கொண்டு வந்தது. அவன் அழத்தொடங்கவே தாரணி அவசரமாக அவன் வாயைப்பொத்தி, முதுகில் தட்டி ''தம்பி'' என்று காதில் கண்டித்தாள்.

எந்தக் கோபத்தையும் வெளிக்காட்ட முடியாத தன் நிலையை நினைத்து விசாகரின் முகம் சிவந்தது. இன்னும் என்னவெல்லாம் கூத்துகளைப் பார்க்கப் போகிறோமோ என்று தனக்குள் நொந்து கொண்டார். அவர் கை அதுவாகவே நகர்ந்துபோய் தாரணியின் முதுகில் ஆறுதல் தந்தது. எல்லாம் முடிந்து வெளியே வந்த இவர்களின் முகங்களைக் கண்டதுமே பொறுப்புக்கு எல்லாம் விளங்கிவிட்டது. எந்த நிலையிலும் தனது பிறப்புறுப்புகளை இன்னொருவர் சோதனை யிடுவதை எதிர்கொள்வது கடினமானதுதான். அது மருத்துவராகவே இருந்தாலும் அந்தச் சங்கடம் வரத்தான் செய்யும்.

பொறுப்பு தன் கடமையைச் செய்யவேண்டும் என்பதில் கவனம் செலுத்தினார். கொஞ்சம் காசு கிடைக்கும் என்றாலும் இவ்வளவு இதயச்சுத்தியோடு இந்த மாதிரியான வேலைகளைச் செய்வோரைக் காண்பது அரிதான ஒன்றாகவே இருக்கும். அடுத்து டாக்டர் அ. மங்கையற்கரசியைச் சந்தித்து நல்ல பெயர் எடுப்பது எப்படி என்ற ஆலோசனையை ஆரம்பித்தார் பொறுப்பு.

வாழ்க்கையில் இவ்வளவு வெறுப்பான நாட்களை மறக்கவே முடியாது என்பது ஒரு பக்கம் இருக்க, இதெல்லாம் எப்போது முடிந்து தொலையும் என்ற ஆர்வம் மூவருக்கும் அப்போது வந்திருந்தது. பூங்கா போல நிறையப் பூக்கள் நிறைந்த ஒரு கட்டடத்தில் டாக்டர் அ. மங்கையற்கரசியின் அலுவலகம் இருந்தது. அது வசதியான வீட்டின் ஒரு பகுதி போலத் தென்பட்டது. மரக்கதிரைகள் வரிசையாகப் போட்டுப் பள்ளிக்கூடம் போலவே இருந்தது.

''ஒரு நாளைக்கு பத்து நபர்கள் என்பது அவர் கணக்கு. அவரிடம் போவோரின் நடை உடை பாவனை அனைத்தும் கவனத்துக் குள்ளாகும். நீங்கள் கைக்குட்டை வைத்திருக்கிறீர்களா என்பதுகூட முக்கியமான ஒன்று. தவறுதலாக வாயிலோ மூக்கிலோ கண்ணிலோ ஏதாவது ஒட்டி இருந்தால் அதுவே உங்களுக்கு எதிரான அறிக்கையாக உருப்பெறலாம். எவ்வளவு முடியுமோ அவ்வளவு பேரை அவர் தகுதி நீக்கம் செய்வார். இவர்களை இலங்கையில் இரண்டாம்தரக் குடிகளாக வைத்திருப்பதேகூட இங்கு பிறந்த காரணத்தால்தான். ஆகவே கனடாவுக்குப் போக அடிப்படைத் தகுதிகூட இல்லாதவர்கள் இவர்கள் என்கிற அளவுக்கு அறிக்கை கொடுப்பதை பெருமையாகவே நினைக்கக் கூடியவர் டாக்டர் அ. மங்கையற்கரசி. அதனாலேயே தமிழர்களில் சிறந்த ஒருவராக இலங்கை அரசு மட்டுமே அல்ல, சர்வதேச நாடுகளும் அவரை மிகவும் மதித்தன.'' இவை எல்லாம் பொறுப்பின் பல வருட ஆராய்ச்சி முடிவுகள். உண்மையில் அந்தப் பொறுப்புமிக்க பதவியில் இருக்கத் தகுதி வாய்ந்தவர் பொறுப்பாகவே இருக்க முடியும் என்பது பொறுப்பின் உதவி பெற்று வெளிநாடுகளுக்குப்போன பெரும் பாலானோரின் கருத்தாக இருக்கும். மாலைத்தீவுதான் கொஞ்சம் பிசகிவிட்டது. சர்வதேசத் தமிழர்களின் இந்தக் கருத்தை அறிந்துதான் விசாகப்பெருமாளின் மூத்த மகள் பொறுப்பைத் தேர்வு செய்து இவர்களுக்கு உதவியாக நியமித்திருந்தார்.

அழைத்ததும் ஒவ்வொருவராக டாக்டர் அ. மங்கையற்கரசி முன் போய் நிற்கவேண்டும். 'பிளீஸ்... சிற்றவுண்' என்று சொல்லும்வரை கதிரையில் குந்திவிடக்கூடாது. 'பிளீஸ்... சிற்றவுண்' சொல்லிய பிறகுதான் கதிரையில் விசாகர் குந்தியிருந்தார். உண்மையிலேயே கையில் இருந்த அவருடைய பயிலையும் அவரையும் டாக்டர் அ. மங்கையற்கரசி பார்த்த பார்வை, காதலனையும் காதல் கடிதத்தையும் பார்ப்பது போலத்தான் இருந்தது. பார்வையை வேறெங்காவது திருப்பினால் அதுவே பிரச்சினை ஆகலாம் என்று பள்ளி மாணவன் போலவே பயந்தார் விசாகப்பெருமாள். நீண்ட ஆராய்ச்சிக்குப் பிறகு ஒரு ஆங்கிலப் புத்தகம் அவர் கையில் கொடுக்கப்பட்டது. உண்மையில் விசாகருக்கு சிங்களம்கூட ஓரளவு வாசிக்கவும் கதைக்கவும் தெரியும். பல வருடங்கள் பாவிக்காவிட்டாலும்கூட சிங்களத்தை அந்தளவுக்கு அவர் மறந்துவிடவும் இல்லை. ஆனால், ஆங்கிலத்தில் வாசிப்பதென்பது சவுக்கால் அடித்தாலும் அவரால் முடியாத ஒன்று.

புத்தகம் கைக்கு வந்த உடனேயே எல்லாம் முடிந்தது என்று அவருக்குத் தெரிந்து விட்டது. ஆனால், டாக்டர் அ. மங்கையற்கரசி

அவ்வளவு இலகுவாக முடிவை எடுக்கவில்லை. ''ஒவ்வொரு எழுத்தாகச் சொல்லலாம்'' என்று அறிவித்தார். அதிலும் ஆங்கிலத்தில் உள்ள பெரிய எழுத்து, சிறிய எழுத்து பிரச்சினை ஒன்று அவருக்கு இருந்தது. இருந்தாலும் பார்வையைக் குறுக்கிக்கொண்டு வாயில் வந்தபடிச் சொல்லிக்கொண்டே போனார். அவ்வளவு அவமானமாக உள்ளே அவருக்கு இரத்தம் கொதித்தது. எப்படி இதைக் கையாளுவது, தூக்கி எறிந்துவிட்டுப் போகலாமா என்று மனம் அதன்போக்கில் வேறுபக்கம் போய்க்கொண்டிருந்தது. சுத்தமாகச் சவரம் செய்யப்பட்ட முகத்தின் தசைகள் இறுக்கமாவதை அவர் உணர்ந்தார்.

''சரி, இப்ப அந்த போர்டைப் பாரும்'' என்ற டாக்டர் அ. மங்கையற்கரசியின் குரல் அவரை எல்லாவற்றிலுமிருந்து உடனே துண்டித்தது. கை காட்டிய திசையில் சுவரில் அதே ஆங்கில எழுத்துகள் இருந்தன. அனைத்தும் ஆங்கிலத்தில் பெரிய எழுத்தாக இருந்தன. அது ஒரு ஆறுதல். மொத்தமாக ஏழு வரிசையில் எழுத்துக்கள் இருந்தன. விசாகர் பார்க்கும்போதே கடைசி இரண்டு வரிசையில் இருந்த எழுத்துகள் சற்று மங்கலாக, தெளிவற்ற தன்மையிலேயே தெரிந்தன. ''சொல்லலாம்'' என்ற குரல் கேட்டதும், ஒவ்வொரு வரிசையாக ஐந்தாவது வரிசைவரை ஓரளவு வேகமாகவே சொல்லிக்கொண்டு வந்தார். ஆறாவது வரிசையின் தொடக்கச் சொல்லில் இருந்தே ''ம்கூம்'' என்ற சத்தம் டாக்டர் அ. மங்கையற்கரசியின் பக்கமிருந்து வரத்தொடங்கி இருந்தது. கடைசியாக ''ஓக்கே ஓக்கே'' என்ற குரலின் பின் அந்த அறையிலிருந்து விசாகருக்கு விடுதலை கிடைத்தது. மூன்றாம் மாடி அளவுக்கில்லை என்றாலும் கொழும்பில் பல உளச் சித்திரவதைக் கூடங்கள் இருப்பது உண்மைதான்.

அடுத்து சந்திரன் அழைக்கப்பட்டான். போன வேகத்திலேயே வந்துவிட்டான். விசாகர் அவனைக் கேள்வி கேட்கும் நிலையில் இருக்கவில்லை. அடுத்து உள்ளே அழைக்கப்பட்டதால் தாரணிக்கும் அப்போது அதற்கு நேரம் இருக்கவில்லை. அக்கா எப்போது வெளியே வருவாள், லொஜுக்கு ஓடலாம் என்ற எண்ணத்துடன் டாக்டர் அ. மங்கையற்கரசியின் அறை வாசலையே பார்த்தபடி இருந்தான் சந்திரன். அவ்வளவு சுலபமாக தாரணி வெளியே வரவில்லை. வந்து ஒரே ஒரு வார்த்தை தான் சொன்னாள். ''எரிச்சல் பிடிச்ச மனுசி.''

24

மழை இல்லை என்றாலும் இரண்டு மணிக்கு மேல் வானமே நிழல்போலக் கருணையுடன் இருந்தது. சந்திரனுக்கு அன்று பொழுதே போகவில்லை. தாரணியை இப்போதெல்லாம் பிடிக்கவே முடியவில்லை. கொழும்பன்ரியும் தாரணியும் லொஜில் சோடி போட்டுக்கொண்டு இருந்தார்கள். கதை பேசுவதென்றாலும் ஆளாளுக்கு 'ஓம்' போட்டே எல்லோரையும் பாடாய்ப் படுத்தினார்கள். சந்திரனின் பொழுதுகளோ அபயசேகரவை நம்பி இருந்தது. அவர் லொறிளைத் துரத்திக்கொண்டிருந்தார். ஏதோ பாரிய கணக்குப் பிரச்சினை போல நின்றதால் சந்திரன் அவரை நெருங்காமல் படியிலேயே இரும்புக் கதவோடு நின்றுகொண்டான். கையில் இருந்த பத்து ரூபாய்க்கு இடியப்ப றோள் வாங்கித் தின்றான். இடியப்ப றோல்என்றால் இடியப்பத்தினுள்ளே மோதகத்துள் வைப்பது போல நிறைய சக்கரையும் கொஞ்சமாகப் பயறும் இருக்கும். அதை அப்படியே சுருட்டிய நிலையில் அவித்திருப் பார்கள். மூட்டை தூக்குவோர் அவர்களாகவே எடுத்துச் சாப்பிட வசதியாக ஒரு சிறிய கண்ணாடி பெட்டியில் அது இருக்கும். கூடவே வடையும் இருக்கும். 'நானா ஒரு பிளேன் டீ இரண்டு இடியப்பம்' என்ற சத்தம் அடிக்கடி அங்கு கேட்கும். கணக்கு வைத்துக் காசு வாங்குவது நானாவின் திறமை. அவர்கள் ஏமாற்றவும், அவர் ஏமாறவும் அங்கு சூழல் ஒத்துழைக்காது. அவர்களால் அப்படிச் சிந்திக்க முடியுமா என்பதே கேள்விக்குறிதான்.

கதவோடு நின்றே கால் நொந்ததால் மானேஜர் வரவேற்பு மேசைக்கு எதிரில் இருக்கும் பெரிய அறையை எட்டிப் பார்த்தான். ராசனும்

சுரேசும் ஆளுக்கு ஒரு பக்கம் காலை நீட்டிப் படுத்திருந்தார்கள். தலைகள் பேசுவதற்கு வசதியாக அருகருகே இருந்தன. ''கணேசு போயிருப்பானா. இல்லை, இப்போது எங்கே நிற்பான். போய்ச் சேந்தால் ஒரு போன் எடுக்காமலா இருப்பான்'' போன்ற கேள்விகளை சுரேஸ் தொடர்ச்சியாகக் கேட்டபடி இருந்தார். அனைத்துக்கும் ம் ம் ம் ம் என்ற பதிலைச் சலிக்காமல் சொல்லியபடிக் கண் மூடிக்கிடந்தான் ராசன். இவர்கள் பேச்சைக் கேட்டபடியே நின்ற சந்திரன் ராசனுக்கு அருகில் போய் பாயில் சம்மணம் போட்டு இருந்தான். ''அடுத்த கனடாக்காரன் வந்திட்டான்'' என்றான் சுரேஸ். கண்ணை லேசாகத் திறந்து பார்த்து ஒரு தடவை சிரித்துவிட்டு ''படப்பு படு. பக்கத்தில படு. நானெல்லாம் மூன்றாவது றவுண்டு வெளிநாடு போறன். எல்லாம் பழகினாத்தான் அண்ணனப்போல பலதும் தெரியும்'' என்றான் ராசன்.

ராசன் வெளிநாட்டில் வாழப்போறானா, இல்லை உண்மையிலேயே நாடுநாடா சுற்றிப்பார்க்கப் போறானா என்ற சந்தேகம் அவனின் அப்பா தில்லையம்பலத்தாருக்கே இருக்கிறது. இதைக் கேட்டால் இரண்டாவது தடவை மருந்தைக் குடிப்பான் என்பதால் கேட்பதில் அவருக்குப் பெரிய பிரச்சினை இருந்தது. இரண்டு பிள்ளைகள் வெளிநாடு போகும் வரை இருந்த பெயரும் மதிப்பும் போய் ஆறு வருடங்களுக்கு மேல் இருக்கும். மூத்தவன் நந்தனை சுவிட்சர்லாந்து அனுப்பியபோதே அவருக்கு சனி பிடிக்க ஆரம்பித்தது. கொழும்பில் கடை ஒன்றில் கணக்கு எழுதியபடிதான் பிள்ளைகள் மூவரையும் வளர்த்தார். மூத்தவன் கொழும்பில் இருந்து சுவிட்சர்லாந்து போய் இறங்கியதும் அம்மாவுக்கு வந்த முதல் ரெலிபோனே ''அப்பாவை ஊரோட கூப்பிடவும். கொழும்பில் கேட்க ஆள் இல்லாமல் எப்போதும் குடிக்கிறார். நான் சுவிட்சர்லாந்து வந்து விட்டதால் குடும்பத்தை பார்ப்பேன். தொடர்ந்து அப்பா கொழும்பில் குடித்துக்கொண்டு திரிந்தால் என்னை ஊர் கேள்வி கேட்கும். மேலும் தங்கச்சிக்கு கல்யாணம் செய்ய வேண்டிய வயது வந்துவிட்டது. நாம் கவுரமான இடத்தில் மாப்பிள்ளை பார்க்க வேண்டுமானால் நாமும் கவுரவமாக இருக்கவேண்டும். அப்பா நிறைய குடிக்கிறார்'' என்று உறுதிபடக் கூறியது.

தில்லையம்பலத்தார் மனைவிக்கு எழுதிய கடிதத்தில், ''நான்தான் இந்தக் குடும்பத்தைத் தூக்கி நிறுத்தினேன். இரண்டு பிள்ளைகளைப் பட்டதாரியாக மாற்றினேன். மூன்றாவது கடைக்குட்டியையும் பட்டதாரியாக மாற்றுவேன். வீட்டுக்கு ஓடு போட்டேன். கக்கூசு கட்டினேன். என் உழைப்பில்தான் உன்னுடைய மூத்த மகன் சுவிட்சர்லாந்து போனார். இவ்வளவும் செய்த இந்த

தில்லையம்பலத்தாருக்கு மகளை எப்போது எங்கே திருமணம் செய்து வைப்பது என்று தெரியும். சுவிட்சர்லாந்து குளிருக்கு உன்னுடைய சீமந்த புத்திரன் குடிக்க ஆரம்பித்திருப்பான். அவன் ஊரிலேயே கள்ளமாக கள்ளு குடித்தவன். உண்மை தெரிந்தும் அப்போது அவனைக் காட்டிக்கொடுக்காமல் விட்டது என்னுடைய மிகப்பெரிய பிழை என்று இப்போது விளங்கிக் கொள்கிறேன். பாலூட்டி வளர்த்த கிளி பழங்கொடுத்து காத்த கிளி நாளைவரும் கச்சேரிக்கு செல்லம்மா என் செல்லம்மா'' என்று எழுதி இருந்தார். செல்லம்மா செல்லம்மா என்ற வரிகள் தில்லையம்பலத்தாரின் மனைவியான சிவக் கொழுந்தை பலமாகப் பாதித்தது.

கொழும்பு செட்டித்தெருவில் உள்ள நகைக்கடையில் வெய்யில் படாமலே வளர்ந்த நாகமணியின் மகன் அறிவழகனுக்கு மகளைக் கல்யாணம் பேசி முடித்து மூத்த மகனின் முகத்தில் கரியை பூசிக்காட்டினார் தில்லையம்பலத்தார். கொழும்பில் வைத்து எழுத்தெழுதி மகள் கனடா போனபோது கொழும்புக்கு வந்த சிவக் கொழுந்து நேரடியாகவே தில்லையம்பலத்தாரின் முதலாளியிடம் பேசி கையோடு கணவனை ஊருக்குக் கொண்டு வந்து சேர்த்தார். மூத்த மகனின் வேலைதான் இதெல்லாம் என்று உறுதியாக நம்பிய தில்லையம்பலத்தார் அதன் பிறகு அவனிடம் பேசுவதே இல்லை என்று சத்தியம் செய்திருந்தார். அவருக்கும் சேர்த்து அப்பா சுகமாக உள்ளார் என்று சிவக்கொழுந்தே மகனிடம் பேசி வந்தார்.

ஊரில் இருக்கும் வரை அப்பாவின் சார்பாக ஓங்கி ஒலித்த ஆசைமகள் கனடா போன கையோடு, ''நானும் நீயும் சேர்ந்து தம்பியை பிரான்சுக்கு அனுப்புவோம்'' என்று அண்ணனிடம் சமாதான உடன்படிக்கை செய்து கொண்டார். தில்லையம்பலத்தார் அதற்கும் அசைந்து கொடுக்காமல், மகளுடனும் பேசுவதில்லை என்று, சத்தியத்தின் எண்ணிக்கையை இரண்டாக்கினார். இன்னும் ஒரு சத்தியம் எப்போது செய்ய வேண்டி வந்தாலும் அதற்கும் அவர் தயாராகவே இருந்தார். ஆனால், அவர் எதிர்பார்த்ததற்கு மாறாகக் கடைக்குட்டிதான் இப்போது வரை அவரைக் காப்பாற்றி வருகிறது. ஓம், தம்பி பிரான்ஸ் போனவுடன் நான் அம்மா அப்பாவை பொன்சர் செய்து சுவிட்சர்லாந்து அழைத்து விடுகிறேன் என்ற அடுத்த நாசகாரத் திட்டம் செயற்படுத்த முடியாமல் இருப்பதற்கு இப்போதும் ராசனே காரணமாக இருக்கிறான்.

ராசன் வெளிநாடு சுற்றிப்பார்த்ததற்கான செலவு அப்போது வரை இலங்கை மதிப்பில் சுமார் முப்பது லட்சம் இருக்கும். ராசனும் போகப்போகிறான் என்றான பிறகு தில்லையம்பலத்தார்

பழமையான ஒரு பார்முலாவை கையாண்டு பார்த்தார். ''இந்த நிலம், இந்த நண்பர்கள், இந்த சந்தோசம் எல்லாத்தையும் விட்டுட்டு, உன்னுடைய பாசமான அப்பாவையும் விட்டுவிட்டுப் போகப் போறியா.'' ராசன் அப்பாவின் கடைக்குட்டியாக ஒரே ஒரு பதில் சொல்லி அசத்தினான். ''என்ர அப்பா அம்மாவை விட்டுவிட்டு என்னால் ஒருக்காலும்இருக்கவே முடியாது. ஆகவே நான் பிரான்ஸ் போன உடனே என்னுடைய முதலாவது வேலையே அப்பா அம்மாவை பிரான்ஸ் கூப்பிடுவதுதான்.''

அன்று தொடங்கியது ராசனின் சுற்றுப்பயணம். ராசன் புறப்பட்டது பிரான்ஸ் நோக்கித்தான். ஆனால் அந்தப் பயணத்தில் இந்தியா, தாய்லாந்து, கம்போடியா இந்த மூன்று நாடுகளிலும் முடிந்தவரை எல்லாம் பார்த்தபடியே போனான். கரப்பான் பூச்சியைஊரில் பார்த்தால் அருவருப்புடன் தும்புக்கட்டால் பலமாகத் தாக்கி பவுண்டரிக்கு அனுப்புவான். ஆனால், கம்போடியாவில் அவனுக்கு விருப்பமான உணவே அதுவாகத்தான் இருந்தது. அவன் தலைமேல் குடியிருக்கும் கறுப்புக் கண்ணாடி கழட்டப்படாமலே இந்த இன்பச் சுற்றுலாக்கள் தொடர்ந்தன. அவனைச் சமாளித்து வைத்துக் கொண்டிருக்க கள்ளமாக ஏஜென்சி வேலை பார்க்கும் நபர்கள்தான் பயந்தார்கள். அவன் எதையும் அலட்டிக்கொள்ளவே இல்லை. கடைசியாக எங்கோ கண்டெய்னர் ஒன்றில் கொண்டுதிரிந்து, களைத்துப் போய் பிரான்ஸ் செல்லும் விமானத்தில் ஏற்றி விட்டார்கள். ஏஜென்ட் மிகத்தெளிவாக பாஸ்போட்டை பிரான்ஸ் ஏர்ப்போட்டில் கிழித்துக் கழிவறையில் போட்டுத் தண்ணீர் ஊற்றச் சொல்லி இருந்தார். இவனுக்கு மட்டுமே அல்ல, கூடப்போன இரண்டு பெடியன்களுக்கும் இதுவே இடப்பட்ட கட்டளை.

மிகச் சரியாக எல்லாம் நடந்தது. இவர்களை விமான நிலையத்தில் கைது செய்து அழைத்துச்செல்லும்போது முதுகில் தட்டி முன்னே தள்ளிய பொலிஸ்காரனை, கூடப்போன ஒரு ஆப்பிரிக்கன் மூக்கில் குத்திவிட்டான். ராசனும் அப்போது அவசரமாகக் கையை ஓங்கி இருந்தபோதும் அடித்திருக்கவில்லை. அங்கே பிடித்த சனி இலங்கையில் கொண்டு வந்து இறக்கியது.

லட்சங்கள் வீணானதால் எப்படியும் தன்னைக் கிழித்துத் தொங்க விடுவார்கள் அண்ணனும் அக்காவும் என்று கணித்து, கொழும்பில் இறங்கும்போதே பல்வேறு உப கதைகளைத் தயாராக வைத்திருந்தான். அதன்படி ''பிரான்ஸ் காவல்துறை தலைகீழாகக் கட்டி வைத்து அடித்தார்கள். கொடூரமான எறும்புகள் நிறைந்த சாக்கைத் தனது தலையில் கட்டிவிட்டு பிரான்ஸ் பொலிஸ்காரர்கள்

மகிழ்ந்தார்கள்'' என்றெல்லாம் கதை கதையாக அம்மாவுக்குச் சொன்னான். நேரடியாகத் தன்னிடம் அண்ணனோ அக்காவோ கேள்வி கேட்காதபடிப் பார்த்துக்கொண்டான். சிவக்கொழுந்து, ''நானே நேரடியாகப் பாதிக்கப்பட்டேன்'' என்பது போலக் கண்ணீரோடு ஒப்புதல் வாக்குமூலம் கொடுத்ததால், 'மறப்போம் மன்னிப்போம், அடுத்தது என்ன' என்று ஆலோசிக்கத் தொடங்கினார்கள்.

இரண்டாவது முறை பிள்ளையார் கோவில் கயிறு கையில் கட்டப் பட்டு விமானம் ஏற்றப்பட்டான் ராசன். இந்த முறையும் பிரான்ஸ் தான் வருகிறாய் என்று சொல்லப்பட்டபோதும், உண்மையில் சுவிட்சர்லாந்து கொண்டு வந்து தன்னிடம் ஒப்படைக்கவே ராசனின் அண்ணன் ஏஜென்சியிடம் சொல்லியிருந்தான். வழக்கமான திட்டத்தின்படி விமான நிலையத்தில் இறங்கியதும் பாஸ்போட்டைக் கிழிக்குமாறு தெளிவாகக் கூறப்பட்டிருந்தது. ஆனால் ஏதோ குளறுபடியில் ஜெர்மனி விமான நிலையத்தில் ராசன் இறங்கி இருந்தான். இரண்டுகிளாஸ் வேறு முழுமையாக உள்ளே போயிருந்தது. தனியாக அனுப்பப்பட்டதால் அவனுக்கு என்ன செய்வதென்ற குழப்பம் ஏற்பட்டது. பாஸ்போட்டுடன் பிடிக்கப் பட்ட ராசன், பாஸ்போட்டில் இருந்த தகவல்களை வைத்து ஹங்கேரிக்குத் திருப்பி அனுப்பப்பட்டான். அது தன்னுடைய பாஸ்போட்டே இல்லை என்பதைக் கூற முடியாத குடிகார மனம் அதுபாட்டுக்கு அழுது கொண்டிருந்தது. ஐந்து நாட்கள் படாத பாடு பட்ட ராசனை ஆறாவது நாள் அண்ணன் நேரிலேயே வந்து பார்த்தான். தன்னை உடனடியாக ஊருக்கு அனுப்புமாறு படு கோபமாகக் கூறிவிட்டான் ராசன். ''இவ்வளவு கஸ்டப்பட்டு செலவு செய்து கொண்டுவந்திருக்கிறேன். என்ன விளையாட்டு காட்டுகிறாயா?'' என்று அண்ணன் சேர்ட் கொலரோடு சேர்த்துப் பிடித்ததில் கண்களில் நீர் நிரம்பியது ராசனுக்கு.

ஹங்கேரி காய்ந்த நிலம்போலவே இருந்தது. நகரம்தான் என்றாலும் பஞ்சமான வெள்ளைகளின் தோற்றம் பார்ப்போரிடம் தெரிந்தது. அவன் இருந்த காம்ப்பிலும் அவன் வயதை ஒத்த இளைஞர்கள் யாருமே இருக்கவில்லை. பெண்களும் மருந்துக்குக் கூட அந்த காம்ப்பில் இருக்கவில்லை.

நிச்சயமாக பார்களுக்குப் போயே ஆகவேண்டிய வெறுப்பில் போனான். அங்கேயும் வயதான கிழவிகள், இளைஞர்கள் அரவணைப்புடன் சுற்றியது இன்னும் கொடுமையான காட்சியாக இருந்தது. இலங்கைக்கு எப்படிப் போவது என்றே தெரியாமல்

மூன்று மாதங்கள் ஓடிய நிலையில், பார் ஒன்றில் ஏற்பட்ட குறுப் சண்டையில் அதுவாகவே அது நடந்தது. ஆனால், இந்தமுறை கொழும்பில் வரவேற்பு இருக்கவில்லை. இரண்டு இரவுகள் பொலிஸ் காவலில் இருக்க வேண்டி இருந்தது. அக்காவின் மாமனார், தான் வேலைசெய்யும் நகைக்கடையில் இருந்த நகைகளை அவனுக்காகத் திருடி விற்று அந்தப்பணத்தில் வெளிநாடு அனுப்பியது போல அவனை திட்டித் தீர்த்தார். இவனின் அனைத்து ஊர் சுற்றிப் புராணத்தையும் அண்ணன் அவருக்கு ஒன்றுவிடாமல் சொல்லி இருப்பது அவர் பேச்சில் அப்படியே தெரிந்தது.

அதன் பிறகு ஊரில் இரண்டு மாதங்கள் சுற்றியபோதுதான் தனக்கு வெளிநாடு போவது ஒரு கவுரவப்பிரச்சினையாக மாறி இருப்பது ராசனுக்கே தெரிந்தது. தனக்காகச் செலவு செய்யப்பட்ட ஒவ்வொரு ரூபாயையும் தூக்கி எறியவேண்டும் என்று தில்லையம்பலத் தாருக்குப் போட்டியாக ஒரு சத்தியத்தை செய்து மறுபடியும் கொழும்பு வந்து சேர்ந்தான். அண்ணனுடன் பேசுவதில்லை. அக்கா போன் எடுத்தால், ''வேலை இருக்கிறது, எதுவாக இருந்தாலும் உடனே சொல்'' என்றபடிப் பேசுவான். அம்மா போன் எடுத்தால், ''ஒருத்தரும் எனக்குத் தேவையில்லை'' என்று உறுதியாகக் கூறிவிடுவான். இவ்வளவு இருந்தும், மூன்று பக்கத்தாலும் இருந்து தொகைகள் வந்து கொண்டுதான் இருந்தது. ஆனால், இதை மூன்று பக்கத்தாலும் ஒருவருக்கு ஒருவர் செய்தி பாரவி விடாமல் பார்த்துக் கொண்டான் ராசன்.

''இப்பவே படுத்தால் இரவுக்கு என்ன செய்வீங்க'' என்ற பஞ்சவர்ணத்தின் குரல் வயித்தெரிச்சலாக வந்து இவர்களின் காதுகளை நிறைத்தது.

ராசன் அசையவே இல்லை. இன்னும் தீவிரமாகக் கண்ணை இறுக்க மூடினான். சில நிமிடங்கள் பாயில் உருண்டு பார்த்து களைப் படைந்தவன் போல எழும்பி வெளியே வந்தான் சுரேஸ். அவனுக்குப் பின்னாலேயே நைசாக வெளியே வந்த சந்திரன் தன் அறைக்கு ஓடினான். இவன் எதற்காக மறைந்து ஓடுகிறான் என்று சுரேசுக்கும் விளங்கவில்லை. அவசரமாகக் கழிவறைக்குப் போகவேண்டும் என்பதில் மட்டுமேசு ரேஷின் கவனம் இருந்தது. தலையைக் குனிந்தபடி எவருக்கும் முகம் கொடுக்காமல் கழிவறை நோக்கி விரைந்தான். யாருமே வராத இடம்போல அப்போது அங்கு யாருமே இருக்கவில்லை. ஒரு கழிவறையின் கதவைத் திறந்து அவசரமாகத் தண்ணீரை அள்ளித் தூக்கி வைத்தான். வைத்த வேகத்திலேயே பாதித்தண்ணீர் சிதறிக் கீழே ஊற்றியது. கதவை

அடித்துச் சாத்திவிட்டுச் சுவரில் சாய்ந்து நின்றான். அவன் உயரத்துக்கு அது உயரமான கழிவறைதான். உடலில் வலி சூழ பெருமூச்சை வெளியே துப்பினான்.

சுரேசுக்கு கூடப்பிறந்தது ஒரே ஒரு அக்கா மட்டுமே. அம்மா விமானக்குண்டு ஒன்றில் பலியான பல நூறு பெண்களில் ஒருத்தி. அப்பா கொழும்போடு இருந்தார். இன்னும் சில வருடங்கள் கொழும்பு கடையில் வேலை செய்யும் அளவுக்கு அவருக்கு உடலில் வலு இருந்தது. அதற்குள் மகனை எங்காவது அனுப்பி விட வேண்டும் என்று முடிவெடுத்திருந்தார். அவனின் அக்காவின் கணவரும் ஊரில் சிறிய கடைதான் வைத்திருந்தார். அவருக்குக் கால்கள் கிடையாது. அவர் இயக்கத்திலிருந்து விலகி நீண்டநாட்கள் ஆகி இருந்தது. பெரிதாக வருமானமும் கிடையாது. எல்லோரும் அவனை அங்கிருந்து அனுப்பவே விரும்பினார்கள். அவனுக்குச் சொல்லாத காரணங்களும் அவர்களுக்கு இருந்தன. அதற்கெல்லாம் அப்பால் சுரேசுக்கு மிகப்பெரிய காரணம் ஒன்று இருந்தது. அது விதானையாரின் இரண்டாவது மகள் தர்மினியைக் கல்யாணம் செய்வது என்பதுதான்.

விதானையார் அருளானந்தத்தின் மூத்த மகள் பிரேமினியைத்தான் சுரேஸ் பத்தாம் வகுப்பில் இருந்தே தீவிரமாக காதலித்து வந்தான். அதற்கு விதானையார் மட்டுமல்ல, பிரேமினியேகூட ஒப்புதல் தரவேண்டும் என்ற அவசியம் இருக்கவில்லை. அது உண்மையான மானசீகக் காதல் என்று சுரேஸ் நம்பினான். இதை அவன் சொன்ன வடிவை வைத்தே, ‘ஓம், இது உண்மையான மானசீகக் காதல்தான், இதில் யாருக்குமே சந்தேகமில்லை’ என்று கூடவே சுற்றும் பெடியளும் உறுதிப்படுத்தினார்கள். மூத்தவளும் இளையவளும் ஒன்றாகவே பிரியாமல் இருக்கவேண்டும் என்பது மட்டுமே அல்லாமல், எங்கு சென்றாலும் பிரிந்து போகக்கூடாது என்பது விதானையார் உத்தரவு.

சுரேஸ் முதன்முதலில் பிள்ளையார் படம் போட்ட பொங்கல் வாழ்த்து அட்டையில் தனது தெய்வீகக் காதலை எழுதி நீட்டியபோதும் சகோதரிகள் ஒன்றாகவே நின்றார்கள். ஒரு அரை அடி முன்னே மூத்தவள் பிரேமினி நின்றாள் என்று வேண்டுமானால் அவன் வசதிக்குச் சொல்லிக் கொள்ளலாம். பிள்ளையார் கோவில் வாசலில்தான் இந்தச் சம்பவமே நடந்தது. அங்கேயே பிள்ளையார் கிழித்தெறியப்பட்டார். அந்தப் பகுத்தறிவு மிக்க காட்சியை யார் பார்த்தார்களோ இல்லையோ, தர்மினி சினிமாப்படம் பார்ப்பது போலவே பார்த்தாள். கிழித்தெறிந்த பிள்ளையார் பட அட்டையின்

சில துண்டுகள் காற்றுக்குப் பறந்து தன்னைக் கடந்து சென்றதை அவளால் அன்று முழுவதும் மறக்கவே முடியவில்லை. அந்தக் காட்சி மறுபடி மறுபடி அவள் நினைவுகளில் வந்து போய்க் கொண்டிருந்தது. பிரசாந்தும் சிவரஞ்சினியுமாக மாறி இரண்டு பாட்டு வேறு அவனோடு சேர்ந்து பாடி இருந்தாள். உதட்டோடு உதடு சேர்த்து ஐந்து முத்தக்காட்சிகளும் அப்பாடலில் இருந்தன. ஆனால், நடந்த சம்பவம் பற்றிய எந்த சிந்தனையும் இல்லாமல், இவள் தட்டில் கிடந்த வாழைக்காய்ப் பொரியலையும் எடுத்துப் புட்டோடு கலந்து விழுங்கிக்கொண்டிருந்தாள் பிரேமினி.

சுரேசின் உண்மையான காதலையே அந்த ஊர் அதன் பிறகுதான் கண்டது. காதல் கடிதங்கள் எல்லாம் பிரேமினியின் புத்தகங்களில் புகுந்து கொண்டது. படித்தது தர்மினி. அவள் போகும் வீதியில், அவள் வீட்டு கேற்றில் என்று பூக்களாக வைத்து வைத்து அழகு பார்த்தான். ஆடுகள் அதை விட அழகாகத் தின்று தீர்த்தன. ஊரில் இருக்கும் பெரிய மரங்கள் எல்லாவற்றிலும் தங்கள் இருவரின் முதல் எழுத்தை ஆழமாகப் பதித்தான். எதுவுமே மூத்தவளைப் பாதிக்கவில்லை. இளையவளை சரியாகச் சென்று சேர்ந்தது. ‘‘உனக்கு விருப்பம் இல்லையண்டா சொல்லு’’ என்று தங்கை கேட்டதை பிரேமினி கணக்கிலேயே எடுக்கவில்லை.

பொறுத்து பொறுத்துப் பார்த்த விதானையார் ஒருநாள் சுரேசை திரத்திக்கொண்டு ஓடிப்போய் தென்னை மட்டையால் எறிந்தார். அவர் நேரம் தர்மினி முன்னேயே பிரண்டு விழுந்தான். அவன் கை மூட்டு பிசகியது. யாருமே எதிர்பாராதபடி ஒருநாள் மாலையில் அவன் வீட்டுக்கே வந்து, ‘‘நான் உன்னை விரும்புறேன். ஒழுங்கான ஆம்பிளையா வீட்டைப்பார். அவள் முன்னால் வாழ்ந்து காட்ட வேண்டும்’’ என்று கண் கலங்க கலங்கப் பேசினாள். அவனுக்குக் கை வலி ஒருபக்கமும் காதல் ஒருபக்கமும் பற்றி எரிந்தது. அவள் போன பிறகு வெளியே இருந்து அவனையே பார்த்தவர்களைக் கணக்கே எடுக்காமல் கதவை அடித்துச் சாத்தினான். அவ்விரவில் மூத்தது இளையதாகியது, இளையது மூத்ததாகி முனகியது. கை வலி எல்லாம் கணக்கிலேயே வரவில்லை. உடலே இளகிப் பெரு வெளியில் தள்ளியது.

அவசரமாக வாளி தண்ணீரை ஊற்றி உள்ளே ஆள் இயங்குவதை வெளிக்காட்டினான். கடைசியாக அவன் வெளியே வந்தபோது அந்தக் கழிவறைதான் அன்றைக்கு அடைத்துக் கடும் நாற்றமடித்தது.

25

மகனைப் பார்த்ததுக் கொஞ்சம் நிம்மதியாக இருந்தது கொழும்பன்ரிக்கு. பலமுறை பார்த்து வந்தாலும் எப்போதாவது ஒரு நிறைவு கிடைக்கும். அப்படியான நேரங்களில் அமைதியாகக் கோவிலுக்குப் போய் அங்கேயே கன நேரம் இருந்து விடுவார். இன்றைக்கு பொன்னம்பலவாணேச்சரம் அவாவை அழைத்திருக்கிறது. இறுக்கமான கற்கோவில். இளகிய மனத்துடன் சிவன் வீற்றிருந்தார். கொஞ்ச நேரம் சிவனைப் பார்த்திருந்ததும், சிவனே போய்வா என்றது போலிருந்தது. இப்படி எல்லாம் மனம் துரத்துவது கொழும்பன்ரிக்கு சந்தோசமான ஒன்றாகத்தான் இருக்கும். ஒரு இடத்தில் இருந்தால் யோசனைகள் மண்டைக்குள் ஓடும். நாம் ஓடினால் அது நிற்கும். அமைதியாக நிற்கும்.

கடைகளில் ஏதாவது புதிதாக வந்திருக்கிறதா என்றுதான் வழக்கமாகப் பொருள்களை வாங்கி விற்கும் தெருவில் நடந்தபடிப் பார்த்தார். ஏதாவது தோன்றினால்தான் கடைக்குள்ளும் போவா. ஒரு கடையில் புதிதாக ஒரு சீலையைத் தொங்க விட்டிருந்தார்கள். அது நீலமா, கரும்பச்சையா அல்லது நாவலா என்றெல்லாம் குழப்பமாக இருந்தது. சூரிய ஒளிக்கும் கடையின் உள்பக்க மின் விளக்குக்கும் இடையில் கொழும்பன்ரியைக் குழப்ப பலத்த போட்டியே நடந்தது. கடைக்குள் போன வேகத்தில் விறுவிறுவென்று சீலை தொங்கியபடி இருந்த கண்ணாடி அருகே போனா கொழும்பன்ரி. கடைக்காரர் அன்ரிக்குப் பின்னாலேயே வந்து சற்று இடைவெளிவிட்டு நின்றுகொண்டார். சீலையைச் சுற்றி சுற்றிப் பார்க்க கடைக்காரர் அதை இறக்கிக் கையில் கொடுத்தார். கையில் வைத்த பிறகும்

அசைவுகளில் அது தன் நிறத்தைக் குழப்பியபடியேதான் இருந்தது. கொழும்பன்ரிக்கு இப்போது சிரிப்பே வந்து விட்டது. நீள மேசையில் போட்டுவிட்டுக் கையைக்கட்டிப் பார்த்தபடி நின்றார்.

அது ஏழு கலர் சீலை. அப்போதுதான் புதிதாகக் கடைகளில் வந்திருந்தது. அதன் உட்பகுதிகளில் இன்னும் பல நிறங்கள் கலந்து உறைந்து கிடந்தன. விலையைப் பார்த்த பிறகும் அதை வாங்கிவிடத்தான் கொழும்பன்ரி நினைத்தார். விலை அதிகம் என்பதால் கொழும்பன்ரி வாங்குவார் என்ற எண்ணம் கடைக் காரருக்கு இல்லை. வழக்கமாக இப்படியான விலை கூடிய எதையும் கொழும்பன்ரி வாங்கியதில்லை. இதை பிறகு விற்று காசு தாங்கோ என்று கொடுக்கவும் முடியாது. என்ன சொல்லலாம் என்ற யோசனை கடைக்காரருக்கு. கொழும்பன்ரி தாரணியை மட்டுமே அப்போது நினைத்துக்கொண்டிருந்தார்.

தன்னைப்பற்றிப் பேசுவதற்கு எதுவும் இல்லை என்று நினைக்கும் கொழும்பன்ரிக்கு மகனைப் பற்றிப் பேசத்தான் எப்போதும் நிறையக் கதைகள் இருக்கும். சிறையில் இருக்கும் மகனைப் பற்றிப் பேசுவதைக் கேட்க யார் இருக்கிறார்கள். அவாவுக்குத் தெரிஞ்சு தாரணிதான். எப்போதும் பின்னலைப்பிடித்தபடித் திரும்ப திரும்ப ஏதாவது கேட்பாள். அப்போது பின்னல் சில நேரம் அவிழ்ந்து மறுபடியும் பின்னப்படும். அது முடிந்தால் அடுத்து முதுகில் சாய்வாள் அல்லது மடியில் படுத்து நாடியைப் பிடித்து பிடித்துக் கதை கேட்பாள். ''ஏண்டி அவன்ர கதைய வச்சு என்னடி செய்வ'' என்று கேட்டாலும் அன்ரிக்குச் சொல்ல நிறையக் கதைகள் இருந்தன.

மகன் காதலித்த கதையைச் சொல்ல, சிரிப்பை அடக்க மாட்டாமல் தாரணி கட்டிலில் உருண்டு உருண்டு சிரித்தாள். கொழும்பன்ரி எவ்வளவு அடக்கியும் வந்த சிரிப்பை அடக்க முடியவில்லை. சிரிப்பு கொஞ்சம் கண்ணீரையும் கொண்டு வந்தது.

தீபாவளி வந்து கொண்டிருந்த நேரம், தீபாவளி வாழ்த்து அட்டையில் கிருஷ்ணன் ராதை படம் இருந்த ஒன்றில், ஒரு பெட்டைக்கு 'ஐ லவ் யூ' எழுதி அவள் புத்தகங்கள் இருந்த மேசையில் வைத்துவிட்டான். அந்தப் பெட்டை இரண்டு வகுப்புகளில் இரண்டு இரண்டு முறை படித்து வந்தவள். இவனைவிட மூன்று வயது பெரியவள். அவள்தான் வகுப்பறையில் வடிவானவள். பல பெரிய வகுப்புப் பெடியளும் அவளுக்கு எப்போதும் வலை வீசி வந்திருக்கிறார்கள். கொழும்பன்ரி மகனுக்கு அதுதான் அவளைப் பிடிக்கக் காரணமோ தெரியவில்லை. அவள் நேரடியாக வகுப்பாசிரியையிடம் அந்தத் தீபாவளி வாழ்த்து அட்டையைக் கொடுத்துவிட்டாள். அவர்

ஒன்றுமே செய்யவில்லை. கரும்பலகையில் வாழ்த்து அட்டையில் இருப்பதை எழுதச்சொல்லிவிட்டார். அவன் நெளிந்தபடி நின்றான். எவ்வளவு நேரமானாலும் நீ இதை எழுதிவிட்டுப் போகலாம் என்றார் வகுப்பாசிரியை.

கடைசியில் இந்த பிரச்சினை அவன் அக்காவுக்குப் போனது. அவளை வகுப்புக்கு வரவழைத்து, ''உன்ர வயதிலதான் உன்ர தம்பி பெம்பிளை பார்க்கிறான். உன்னோட படிச்சவளைத்தான் இப்ப உன்ர தம்பி பிடிச்சிருக்கிறான்'' என்றார். அந்தப் பெட்டை சிரித்துக் கொண்டிருந்தாள். இவனோ தலையைக் கரும்பலகையோடு சாய்த்து வைத்தபடி நின்றான். என்ன சொல்வதென்று தெரியாமல் அவளும் நின்றாள். அவளுக்கும் உண்மையில் சிரிப்புதான் வந்தது. ''வீட்டில சொல்லுறன் டீச்சர்'' என்று அவள் அங்கிருந்து தப்பினாள். ''மாப்பிளை வெட்கப்படாம போய் இருங்க'' என்று வகுப்பறையே சேர்ந்து அவனை உட்கார வைத்தது.

பள்ளி முடிந்து வீட்டுக்குப் போயும் அவன் வீட்டின் பின் சுவரோடு போய் நின்றுகொண்டான். அக்கா வீட்டில் ஏதாவது சொல்கிறாளா என்று கன நேரமாகக் காது கொடுத்துக் கேட்டான். அவள் ஒன்றுமே சொல்லவில்லை. அவள் சொல்ல மாட்டாள் என்று நம்பி உள்ளே போகும்போதுதான் அம்மாவரை ஓட்ட வாய் அக்கா சொல்லி இருப்பது தெரிந்தது. அவன் உறுமிஉறுமி முகத்தில் கோபம் காட்டினாலும், ''சாப்பிடப்பன்'' என்ற அம்மா சிரிப்பை அடக்க முடியாமல் அக்காவுடன் சேர்ந்து சிரிக்கத்தான் செய்தாள்.

★

குமாரவும் சந்திரனும் சாக்லெட் பெட்டிகளை எடுக்க முதலாளியின் ஏசி அறைக்குள் வந்தார்கள். அதுவரை மாடியில் இருந்து கீழே வீதியைப் பார்த்துக்கொண்டிருந்த சந்திரன் குமாரவைக் கண்டு பின்னால் வந்திருந்தான். அறைக்குள் சற்றுப் பெரிய அளவில் பிரேமதாசா படம் இருந்தது. பிரேமதாசா பல தமிழ் முதலாளிகளோடு நல்லுறவை வைத்திருந்தார். கடினமாக உழைத்து மேலே வந்த பிரேமதாசாமேல் எப்போதும் கொழும்பு தமிழ் வியாபாரிகள் மற்றும் கூலித் தொழிலாளர்களுக்கு நல்லெண்ணம் இருந்தது. அவர் உயிரோடு இல்லை என்றாலும் அவர்கள் அவரை மறந்திருக்கவில்லை. முதலாளியும் அவரை நேசித்த ஒருவர்தான். முதலாளி தமிழர் என்றாலும்கூட அவர் குடியிருக்கும் பகுதியிலோ அல்லது அவருடைய நட்பு வட்டத்திலோ ஒரு தமிழரும் இருப்பதில்லை. சிங்களவராகத் தன்னையும் காட்டிக் கொள்வதையே அவர் எப்போதும் விரும்புவார்.

பிரேமதாசாவைப் பார்த்தபடி நின்ற சந்திரனை சுண்டிக் கூப்பிட்ட குமார, தனியாகப் பெரிய பெட்டி ஒன்றில் இருந்த இரண்டு சிறிய சாக்லெட் பெட்டிகளை எடுத்து வெளியே வைத்துவிட்டு சந்திரனைப் பார்த்தான். சந்திரனும் 'என்ன' என்பது போலப் பார்த்தபடி நின்றான். குமார இவனுக்கு நேராக அந்த சாக்லெட் பெட்டிகளை வைத்துத் திறந்தான். ஒரு சாக்லேட்டை எடுத்து அதன் மேல் ஒட்டி இருந்த பேப்பர் விளிம்பில் நகத்தை வைத்து அழுத்தி இழுத்தான். பிரைன் லாரா பாட்டுடன் வந்து கீழே விழுந்தார். அடுத்தடுத்து ஒவ்வொரு சாக்லெட்டில் இருந்தும் வெங்கடேஸ் பிரசாத், அஜய் ஜடேஜா, சைத் அன்வர், சமிந்த வாஸ் என்று விழுந்தபடியே இருந்தார்கள். சந்திரன் ஆர்வமாக அந்த ஸ்டிக்கர்களைப் பொறுக்க, ''போதுமா'' என்றபடி பெட்டிகள் இரண்டையும் எடுத்துக்கொண்டு அவனையும் தள்ளியபடி வெளியே வந்து கதவைப் பூட்டினான். சந்திரன் மறுபடியும் மாடி அறைக்கே வந்து வீதியை வேடிக்கை பார்க்கத் தொடங்கினான். அவ்வப்போது கை அதுவாகவே பொக்கற்றில் நுழைந்து ஸ்டிக்கர்கள் பத்திரமாக இருப்பதை உறுதி செய்தது.

கீழே ஏதோ சத்தம் கேட்டது. முதலில் அதைக் கவனிக்காமல் றோட்டைப் பார்ப்பதில் சுவாரசியமாக இருந்த சந்திரன், பிறகு அது அழுகைச் சத்தம் போலக் கேட்டதால் கீழிறங்கி வந்தான். மேலே இருந்து கீழே இறங்கி வரும் படிக்கட்டின் கடைசிப் படியில் குமார உட்கார்ந்து அழுது கொண்டிருந்தான். அவனின் அம்மா அவன் தலையைத் தடவி விட்டபடிக் கடைவாசலையே பார்த்தபடி நின்றிருந்தாள். கடையின் முன்பகுதியில் குமாரவின் ஊரைச்சேர்ந்த ஒரு வயதானவர் யாரோ ஒரு சின்ன பெடியனைத் தன் பக்கத்தில் நிற்க வைத்து முதுகைத் தடவியபடிக் கடை முதலாளிக்கு ஏதோ விளக்கம் கொடுத்துக்கொண்டிருந்தார்.

குமார போன்ற பலர் அவனுடைய ஊரிலிருந்து பதினான்கு பதினைந்து வயதுகளிலேயே பெரும்பாலும் கொழும்பு கடை களுக்கு வந்து விடுவார்கள். எல்லா சிங்கள முதலாளிகளும் இவர்களுக்கு வேலை கொடுப்பதில்லை. அதற்குச் சாதிப்பாகுபாடும் ஒரு காரணம். அதனாலேயே பெரும்பாலும் தமிழர்களின் கடைகளை இவர்கள் முதலில் நாடுவதுண்டு. ரணசிங்க பிரேமதாசா கூட குமாரவின் சாதியைச்சேர்ந்தவர்தான். இலங்கை பிரதமராகவே ஆன பிறகும்கூட அவரைக் கீழானவராகப் பார்த்த சிங்கள அரசியல் வாதிகள் அவரின் அமைச்சரவையில்கூட இருந்தார்கள்.

குமாரவின் அம்மா முதலாளியின் முன் அமைதியாக நின்று கொண்டிருந்தார். குமாரவைப் பக்கத்தில் கூப்பிட்டுப்

பணக்கட்டொன்றை நீட்டிய முதலாளி, 'அம்மாவிடம் கொடுக்கும்படி' கையைக் காட்டினார். பணக்கட்டைப் பெற்றுக் கொண்டதும் குமாரவின் அம்மாவும் கூடவந்த வயதானவரும் தலையைத் தாழ்த்தி முதலாளியைக் கும்பிட்டுவிட்டுப் பின்னால் திரும்பியும் பார்க்காமல் போய்க்கொண்டே இருந்தார்கள். றோட்டின் சந்தியில் அவர்கள் திரும்பும் வரை அவர்களையே வெறித்துப் பார்த்துக் கொண்டிருந்த குமாரா, பிறகு தலையைத் திருப்பி, கூட உழைக்க வந்திருக்கும் விக்கிரமபாகுவைப் பார்த்தான். தன்னை விடக் கொஞ்சம் பெரிய பெடியன் கிரிக்கெட் விளையாட வந்து சேர்ந்து இருப்பதை சந்திரனும் பார்த்தான்.

26

ஆகாயத்தை நூலால் அளக்க முடியும் –அந்த
ஆழக்கடலை காலால் அளக்க முடியும்
பூலோகத்தை புதிதாய் அளக்க முடியும் – கரும்
புலிகளை இங்கே யாரால் அளக்க முடியும்.

-புதுவை இரத்தினதுரை

நீண்ட நாட்களாக உலவி வந்த இரண்டு மணி குளியல் கதை அன்றைக்கு ஒரு முடிவுக்கு வந்திருந்தது. சுரேஷை எப்படிக் கேட்பது என்பதில் பலருக்கும் ஒரு தயக்கம் இருந்தது. உண்மையில் அதை எப்படி ஆரம்பிப்பது என்பதே பெரிய சிக்கல்தான். பஞ்சவர்ணமும் பலமுறை கேட்க முயன்று வயதின் காரணமாக கேட்க முடியாத கதை அது.

ஏழாம் நம்பர் அறையிலிருக்கும் அக்காவுக்கு நல்ல எடுப்பான தோற்றம். ஆளும் நல்ல வெள்ளை உயரம். ஏழடி இருப்பா. எப்போதும் சற்று மென்மையான பற்றிக்ஸ் நைட்டியில் உலவுவார். அதிலும் அடிக்கடி அதை இடுப்பில் சற்று மேலே தூக்கிக் கட்டுவார். அந்த நைட்டியைத் தூக்கிக் கட்டினால் அவாட இரண்டு முட்டிக்கால்வரை அது உயர்ந்து நிற்கும். அங்கு பலர் பாவாடைச் சட்டையில் சுற்றுவார்கள். பலருடைய ஆடையும் கால் முட்டி வரை இருக்கும். ஆனால், அது எந்த வித்தியாசத்தையும் அங்கு காட்டியதில்லை. ஆனால், ஏழாம் நம்பர் அக்காவின் உயரமும் பளிர் வெள்ளைக் கால்களும் பலரையும் கதிகலங்க வைத்திருந்தது.

எப்போதும் ஆண்கள் அறையில் தரையில் உருண்டபடிக் கிடக்கும் சுரேஸ் இதில் பலமாகத் தாக்கப்பட்டுக் கிடந்தான். மானேஜர் பஞ்சவர்ணத்தைப் பார்க்க வந்தால் அந்த கவுண்ட்டர் மேசையில் பாதி உடலைச் சாய்த்துக் கால்மணி நேரமாவது பேசாமல் அவர் போகவே மாட்டார். அந்த முட்டிக்காலின் பின்னழகை ஒரு நொடி விடாமல் ரசிப்பது சுரேசுக்கான காலத்தின் பரிசு. நைட்டியுடன் சில நேரம் ஏழாம்பர் நம்பர் கவுண்ட்டரைச் சுற்றி சுற்றி வரும். அது சுரேசை வட்டமிடுவதாக அவ்வப்போது கதைகள் வரும்.

அவர் வந்து உலவிய சில மணித்துளிகளின் பின் சுரேசு குளிக்கப் போவது வாடிக்கை. அவன் குளிக்கப் போகும்போதெல்லாம் அவனை நோக்கி நடந்து வரும் ஏழாம் நம்பர் அவனை இடிக்கும் என்று சிலர் ஜாடைமாடையாகப் பேசுவதுண்டு. இதுவரைக்கும் இருவரும் இடித்துக்கொண்டார்களா என்பது உறுதிப்படுத்த முடியாத ஒன்று.

இதன் வளர்ச்சி இரண்டு மணி குளியலாக மாறியது. இரண்டு மணிக்கு சுரேஸ் குளிக்கப் போவான். அந்த நேரம் ஒரு சில நிமிடங்கள் முன் பின் ஏழாம் நம்பர் குளிக்கப் போவார். இரண்டு குளியலறைகளுக் கிடையில் பலமான சொங்கல் சுவர் இருந்தது. அது மட்டுமே அல்ல, ஒரு குளியலறைச் சுவரில் தண்ணீர்த் தொட்டி. இரண்டு அறைகளிலும் தண்ணீர்த் தொட்டி இருந்தாலும் நடு சுவரோடு ஒரு அறையில்தான் தொட்டி இருந்தது. இரண்டு குளியலறைகளிடையே சுவர் இருக்கிறது என்பதை மறந்து பலர் எப்பொழுது சுரேசு குளித்து முடிந்து வருவான் என்று காத்திருப்பதுண்டு. இரண்டு குளியலறை நடு சுவரின் மேல் பகுதியில் ஒரு அடி நீளமான இடைவெளி உண்டு. இதுவும் சிலரின் பதட்டத்துக்குக் காரணமாக இருந்தது.

குளித்து முடிந்து எப்போதும் ஏழாம் நம்பர் முதலில் வெளியே வரும். வந்த உடனே நைட்டியில் மாறினாலும் அது நனைந்து இன்னும் பதறவைக்கும் வகையில் இருக்கும். சுரேசு அப்போது கொஞ்ச நேரம் இரண்டு வார்த்தை பேசிவிட்டுத்தான் போவான். ஏழாம் நம்பர் வாயே திறக்காது. தலை மயிரை விசிறியபடி உடலைக் குலுக்கி எடுக்கும்.

ஒருநாள் அதிகாலை ஏழாம் நம்பர் அறைக்குள் இருந்து சுரேஸ் வந்ததாகக் கதை பரவியது. அதைத் தொடர்ந்து ஏழாம் நம்பர்க் காரியின் புருசனுக்கும் அவளுக்கும் அடிதடி நடந்தது. அடிதடி முடிந்து கிப்ஸ் சறம் கிழிய அவர் ஆண்கள் அறைக்குத்தான் வந்தார். அவர் முழுபோதையில் அன்றைக்குத் தன் மனைவியுடன்தான் தூங்கினார் என்பதே அவருக்கு ஞாபகம் வரவில்லை. வந்தவர்

சுரேசை எங்கே என்று தேடினார். அன்றைக்கு ஏதோ ஏஜென்சியைப் பார்க்க சுரேஸ் போயிருந்தான்.

இதன் பிறகு கணவன் மனைவி இருவரும் பேசுவதையே குறைத்திருந்தார்கள். ஆனாலும் இரண்டு மணி குளியல் நடந்தபடிதான் இருந்தது. ஏழாம் நம்பர் குளித்து வெளியே வரும்வரை வாசல் கதவருகிலேயே அவள் புருசன் குந்திக் கொண்டிருப்பார். கேட்டு எதுவுமே நடக்கப்போவதில்லை என்ற முடிவுக்கு அவர் வந்திருந்தார். அவள் வழக்கம்போல உடலைக் குலுக்கித் தலை மயிரை வீசும்போது அவள் தன்ர மனுசி என்பதை மறந்து அவருக்கே வாய் ஒழுகும். கூடவே காலைத்தூக்கிப் போட்டபோது குண்டியில் உதை விழுந்ததும் ஞாபகம் வரும்.

இரண்டு மணி குளியல் இன்றைக்கு வெளிவரப்போகும் ஆவலில் பஞ்சவர்ணம் சுரேசையே எதிர்பார்த்தபடி நின்றார். இடையிடேயே ஏழாம் நம்பர்க்காரியோ அல்லது அவள் புருசனோ வருகிறானா என்றும் பார்த்தபடி இருந்தார். கொஞ்ச நேரத்தில் வெளியே வந்த சுரேஸ் தான் குளியலறையில் வழுக்கி விழுந்ததாக ஒரே வார்த்தையில் சொல்லி முடித்தான். பஞ்சவர்ணம் அதைக் கொஞ்சமும் நம்புவதாக இல்லை. ஒன்று இவன் குளியலறைத் தொட்டியில் ஏறி ஏதோ நடந்து விழுந்திருக்கிறான். இல்லையென்றால் ஏழாம் நம்பர்க்காரியின் மனுசன் இவன் குளியலறையில் புகுந்திருக்க வேண்டும். இரண்டில் ஒன்று நடக்காமல் அவனது மூக்கு உடைந்திருக்காது என்பதில் உறுதியாக இருந்தார்.

★

வெள்ளவத்தையில் இருந்து வந்துகொண்டிருந்த வாகனங்களை இராணுவத்தினர் சோதனை செய்து கொண்டிருந்தார்கள். பதினொரு மணிக்கு மேல் ஆகிவிட்டதால் அவ்வளவு நெருக்கமாக வாகனங்கள் அங்கு நிற்கவில்லை. அது வழமையான சோதனைச் சாவடிதான் என்றபோதும் இடம் மாறுவதற்காக வந்த மற்றொரு அணியினரும் அங்கே இறங்கி நின்றதால் அங்கு இராணுவ வீரர்களின் எண்ணிக்கை அதிகமாக இருந்தது. சில மேலதிகாரிகளும் நின்றதால் மிகக் கவனமாகச் சோதனைகள் நடந்தன.

ஆட்டோ ஒன்றில் கைப்பை ஒன்றுடன் வந்திருந்த பெண்ணின் ஐடெண்டி கார்ட்டில் ஏதோ சந்தேகம் கொண்ட ஒரு இராணுவத்தான் அதை எடுத்துக்கொண்டு மற்றுமொரு இராணுவத்தானை நெருங்கிப் பரிசோதித்துக் கொண்டிருந்தான். மேலதிகாரிகள் எப்போது அங்கிருந்து போவார்கள் என்ற பதற்றமும் அவனின் செயற்பாட்டில்

இருந்தது. அப்போது அவர்களைக் கவனித்த ஒரு இராணுவ மேலதிகாரி அடையாள அட்டையை அவர்களிடமிருந்து பிடுங்கிக் கொண்டு மிக வேகமாக ஆட்டோவை நெருங்கிப் போனார். சைனைட் கடித்த நிலையில் பெண்ணுடல் உயிர் பிரிந்து ஆட்டோவில் கிடந்தது. ஆட்டோவைவிட்டு இறங்கி முன்னே நின்ற ஆட்டோக்காரன் தலையில் கை வைத்தபடிக் கீழே குந்தி இருந்தான். அவன் முகம் முழுவதுமே பீதி படர்ந்து கிடந்தது. ஆட்டோவில் கிடந்த கறுப்புப் பையில் ஒரு பச்சை நிற பஞ்சாவியும் மணிபேர்சும் சில அவசரச் சிகிச்சை மருந்துகளும் மட்டுமே இருந்தன.

இரண்டு மணிக்கு கருவாட்டுக்கடைகள் நிரம்பிய அந்த வீதியை இராணுவ வாகனங்கள் நிறைத்தன. அந்த வீதியின் இரண்டு பக்கமும் அப்படியே சீல் வைக்கப்பட்டது. உள்ளே யாரும் வரமுடியாதபடி ஆயுதம் ஏந்திய இராணுவம் நின்றது. தெருவில் ஏற்கெனவே நின்றிருந்த ஒவ்வொருவரையும் கடுமையான பரிசோதனைக்குப் பிறகு ஒவ்வொரு ஆளாக வெளியே அனுப்பினார்கள். கருவாட்டுக் கடைக்குள் இருந்து கறுப்பு அரைக்காற்சட்டையும் மங்கிப்போன மஞ்சள் நிற பெனியனுமாக சங்கரை விலங்கு மாட்டி இழுத்து வந்தார்கள் ஐந்து இராணுவ வீரர்கள். இராணுவ வாகனத்தில் ஏற்றமுதல், கறுப்பு துணி ஒன்றுடன் அவர்களை நோக்கி ஓடிவந்த மற்றுமொரு இராணுவத்தான் அதை சங்கரின் தலையில் போட்டு மூடிக்கட்டினான். சங்கருடன் வேலை செய்யும் மற்றும் இரண்டு பெடியன்களுக்கும் அடுத்தடுத்து விலங்கு பூட்டிக் கொண்டு வரப்பட்டு தனித்தனியாக வேறு வேறு வாகனங்களில் ஏற்றப் பட்டார்கள். அவர்கள் ஏற்றப்பட்ட வாகனங்கள் அங்கிருந்து வேகமாக நகர்ந்து போக, இராணுவக் காவல் அப்படியே இருந்தது. அங்கு மேலும் இரண்டு பொலிஸ் வாகனங்கள் வந்து சேர, தெருவே பயங்கரச் சோதனைக்கு உள்ளாகத் தொடங்கியது.

இராணுவமும் காவல்துறையினரும் கலந்து கருவாட்டுக் கடையைக் குப்பை மேடாக்கினார்கள். கடை முழுவதையும், கருவாட்டு மூட்டைகள் எல்லாவற்றையும் கவிழ்த்துக்கொட்டித் துவக்குகளால் கிளறினார்கள். கருவாடுகளைச் சப்பாத்து கால்களால் மிதித்து, அதேகால்களால் மறுபடி மறுபடி கிளறி, மோப்ப நாய்களை உள்ளே கொண்டு வந்து அதன் உதவியோடும் சோதனைகள் நடந்தன. கருவாட்டு மணத்தால் நாய்களும் வெறிகொண்டன.

அங்கிருந்த முதலாளி மகன் மற்றும் கடை ஊழியர்கள் ஐந்து பேரையும் தனித்தனியே தரையில் இருத்தி அவர்களுக்கு விசேட பொலிஸ் காவல் போடப்பட்டிருந்தது. ஐந்து மணியைத்

தாண்டியபோதும் சலிப்படையாமல் கருவாட்டுக்கடையின் மரத்தாலான மாடிப்படிகள், மேசைகள், பெட்டிகள், சாக்குகள் எல்லாவற்றையும் முடிந்தவரை அடித்து உடைத்துச் சோதனை செய்துகொண்டே இருந்தார்கள். அதுவரையிலும்கூட என்ன பிரச்சினை என்று யாருக்குமே சொல்லப்படவில்லை.

கொழும்பில் பலமான செல்வாக்கு உள்ளவரின் கடை குப்பை மேடாவதையும் முதலாளி மகன் தலையைத் தொங்கப்போட்டு உட்கார்ந்து இருப்பதையும் அருகிலிருந்த கடைக்காரர்கள் பதறிப்போய்ப் பார்த்தபடி இருந்தார்கள். அந்த இரவு முழுவதுமே கூட அந்த வீதி இராணுவக் காவலிலேயே இருந்தது. அருகிலிருக்கும் கடைகளின் மாடிகளிலும் கடைகளிலும்கூட இரவெல்லாம் இராணுவச் சோதனைகள் தொடந்தன.

மூன்று மணிக்கே லொஜில் வந்து குந்திய மெண்டிஸ் அசையாமல் அமைதியாகத் தொடர்ந்து அங்கேயே இருந்தது ஏன் என்று தெரியாமல் பஞ்சவர்ணம் மண்டையைப் பிய்த்துக்கொண்டிருந்தார். வாசல் பக்கம் போவோர் வருவோரை மெண்டிஸ் முகர்ந்து பார்க்காத குறையாக இருக்க, யாருமே வெளியில் தலைகாட்டவில்லை. நானாவைக் கூப்பிட்டு டீ சொல்ல முயன்ற பஞ்சவர்ணத்தை எரிந்துவிழுவது போலப் பார்த்தான் மெண்டிஸ். அதற்குள் தானாகவே பஞ்சவர்ணத்தின் நிலையை உணர்ந்து டீயோடு வந்த நானா நிலைமையை உடனடியாகவே விளங்கிக்கொண்டு அவசரமாக வெளியேறினார். நானா கொண்டு வந்த டீயை சடாரென பஞ்சவர்ணத்தின் முன்னே தூக்கி வைத்து, ''நீயே குடி'' என்று கைகாட்டினான் மெண்டிஸ். ''அவ்வளவுதான் இவனுக்கு மரியாதை'' என்று தனக்குள் சொன்னபடி பஞ்சவர்ணம் முகம் கழுவப் போனார். அவசரமாக எழும்பிப்போய் வீதியை இரண்டு பக்கமும் பார்த்துவிட்டு அவசர அவசரமாக வந்து மறுபடியும் ஸ்டூலில் குந்தினான் மெண்டிஸ். ஆறு மணிக்கு வரவேற்புப் பகுதியில் இருக்கும் சாமி படத்துக்கு பஞ்சவர்ணம் ஊதுபத்தி கொளுத்த, காவல்துறை வாகனங்கள் வந்து சேர்ந்தன. அந்த வீதியில் ஆங்காங்கு இராணுவம் அவ்வளவு நேரம் நின்று கொண்டிருந்ததை யாரும் கவனிக்கவில்லை.

பெண்கள் அனைவரையும் வரவேற்பறையை ஒட்டி வரிசையில் நிற்குமாறு கூறிவிட்டு ஆண்களை வரவேற்பறைக்கு முன்னால் இருக்கும் பெரிய அறையில் நிற்க வைத்தார்கள். மோப்ப நாய் களுடனும், அவர்களைத் தொடர்ந்து ஆயுதங்கள் மற்றும் பல்வேறு பரிசோதனைச் சாதனங்களுடனும் ஐம்பதுக்கும் மேலான பொலிசார்

உள்ளே நுழைந்தார்கள். அறைகள் முழுவதும் தலைகீழாகத் திருப்பிக் கொட்டியது போல உடைத்துக் கிழிக்கப்பட்டுப் பயங்ரகமாகஅ சோதனையிடப்பட்டது. பூட்டுப் போட்டு மூடப்பட்டிருந்த பெட்டிகள் எல்லாம் கிழித்துக் கவிழ்த்துக் கொட்டிச் சப்பாத்துக் கால்களால் மறுபடி மறுபடி கிளறிச் சோதனைக்கு உள்ளாகின.

பெரிய அறையில் ஆண்கள் அனைவரும் ஆடைகள் அவிழ்க்கப்பட்டு ஒரு பக்க மூலையில் நிறுத்தப்பட்டனர். ஒரே கேள்விகளைத் திரும்ப திரும்பக் கேட்க கூடவே மென்டிஸ் நின்றான். சந்திரனும் இன்னும் இரண்டு சின்ன பெடியன்களும் மானேஜர் பஞ்சவர்ணம் அருகில் நின்றார்கள். சில மணி நேரங்களில் களைப்படைந்த நாய்கள் முன்னே வர, பொலிசார் எல்லோரும் அடுத்தடுத்து வெளியே வந்து கொண்டிருந்தார்கள்.

ஆண்களில் நால்வருக்கும் சறம் கொடுக்கப்பட்டு பொலிஸ் வாகனத்துக்கு ஏற்றப்பட்டார்கள். அதில் ராசனும் சுரேசும் அடக்கம். பஞ்சவர்ணம் சிங்களத்தில் மென்டிஸ் காதில் என்னமோ சொன்னார். மென்டிஸ் வெளியே நின்ற ஒரு அதிகாரியைப் பார்த்துவிட்டு வந்து, தானே நான்கு சட்டைகளை எடுத்துக்கொண்டு போய் பொலிஸ் வாகனத்தைத் திறந்து உள்ளே எறிந்தான். அந்த வாகனத்தைச் சுற்றிலும் ஆயுதம் தாங்கிய பொலிஸார் நின்றார்கள்.

விசாகப்பெருமாள் அப்போதுதான் பதறியபடி கடைப்பக்கமிருந்து லொஜுக்கு வந்தார். அவரை மேலும் கீழும் பார்த்த மென்டிஸ் வாசலிலேயே ஓரமாக நிற்க வைத்தான். விசாகர் அப்படியே உள்ளே எட்டிப்பார்த்து மகளைத் தேடினார். அவர் பார்க்கும்போது ஒரு பொலிஸ்காரன் தாரணியை நெருங்கிப் போனான். போனவன் கொழும்பன்ரியை முன்னே வருமாறு கையால் காட்டினான். தாரணிக்குப் பக்கத்தில் நின்ற கொழும்பன்ரி தாரணியை உள்ளே தள்ளி விட்டபடி முன்னே வந்தார். கொழும்பன்ரியின் அறையில் இருக்கும் அம்மாவும் மகளும் இப்போது தாரணியின் கையைப் பிடித்தபடி நின்றார்கள். அவர்களில் அந்த அம்மாவின் கைகளில் தாரணிக்கு நடுக்கம் தெரிந்தது.

மென்டிஸ் கொழும்பன்ரியை வரவேற்பறைக்குக் கூப்பிட்டான். அவர் நகர்ந்து முன்னே வர அடுத்தடுத்து அவரின் அறையிலிருக்கும் அம்மாவும் பெண்ணும் அழைக்கப்பட்டார்கள். மானேஜர் பஞ்சவர்ணம் அப்போது வரவேற்பறையைவிட்டு வெளியே வந்து பொலிசாருடன் பலமாகப் பேசத் தொடங்கினார். இடையிடையே மென்டிஸ் கையைப் பிடித்துக் கெஞ்ச முயல, அவன் கையை

உதறிவிட்டுப் பேசாமல் நின்றான். பஞ்சவர்ணம் தனியாகப் போராடுவதைப் பார்த்து விசாகர் தானும் வந்து பஞ்சவர்ணத்துடன் நின்றுகொண்டு மாத்தையா மாத்தையா என்று கெஞ்சத் தொடங்கினார்.

தாரணி உட்பட பெண்களின் அழுகைச்சத்தம் மெதுவாகக் கேட்கத்தொடங்கியது. கொழும்பன்ரி தனக்குத் தெரிந்த சிங்களத்தில் ஏதோ சொல்லி சொல்லி பொலிசாரின் கால்களில் விழுந்தார். நானாவும் அங்கு டீ குடிக்க வந்தவர்களும் இடையிடையே இங்கு பார்த்தாலும் அவர்களுக்கிடையே பொலிஸ் அப்போது நிறைத்து நின்றது. யாரும் எதிர்பாராத நொடியில் இருபதுக்கும் மேலான பொலிசார் உள்ளே புகுந்து பஞ்சவர்ணத்தையும் விசாகரையும் தள்ளிவிட்டு, கொழும்பன்ரி மற்றும் அந்த அம்மா, மகள் இருவரையும் கைகளில் பிடித்து இழுத்தபடிப் போய் பொலிஸ் வாகனங்களில் ஏற்றினார்கள்.

27

உணர்வழியாது
நினைவழியாது
என்பிள்ளை தன்பிள்ளைக்குச் சொல்லும்
இச்சாவின் கதை
எழுதும்
ஈழம் அரும்கனவு

-நிலாந்தன்

ஒரு பொலிஸ் வாகனம் லொஜ் வாசலிலேயே நின்றது. இரண்டு பொலிசார் நானாவிடம் பேச்சுக் கொடுத்தபடி டீ வாங்கிக் குடித்துக்கொண்டு நின்றார்கள். யாருமே வெளியில் வர விரும்பாமல்அறைகளில் அடைந்து கிடந்தார்கள். இரவு பொலிஸ் ஸ்டேசனுக்குப் போய் வந்த களைப்பெல்லாம் பஞ்சவர்ணத்தின் முகத்தில் இல்லை. பெண்களையாவது தன்னால் மீட்டுக்கொண்டு வர முடியவில்லை என்ற கவலை மட்டுமே அவருக்கு இருந்தது. லொஜில் இருப்பவர்கள் தன்னைப்பற்றிப் பேசிக்கொண்டிருக்கலாம் என்ற குற்ற உணர்வு இருந்தது. முதலாளி நேரடியாக பஞ்சவர்ணமே இதைக் கவனித்துக் கொள்ளுமாறு கூறிவிட்டார். தான் முடிந்தவைகளைச் செய்துகொண்டிருப்பதாக அவ்வப்போது ரெலிபோனில் மட்டுமே பதில் சொன்னார். கருவாட்டுக்கடை மொத்தமாக முடங்கி இருந்தது. அதைச் சீரமைக்கவே நாட்கள் ஆகும் என்ற கவலைகளில் அவர் மூழ்கி இருப்பது தெரிந்தது. அவசரமாக

வேறு பெடியன்களைக் கொண்டு வேலைகளை ஆரம்பித்திருந் தார்கள். தொழில்தான் எல்லாம் என்பதில் அவர் கவனமாக இருந்தார்.

அன்னபூரணா சைவ உணவகத்தில் தற்செயலாக சங்கர் அந்தப் பெண்ணை ஒரு அம்மாவுடன் பார்த்திருந்தான். இது தொடர்ந்து நடக்கும் என்றெல்லாம் அவன் நினைத்ததில்லை. அன்னாசி பாயாசம் சாப்பிட்டபடி அங்கு தொடர்ந்து பேசிய பழக்கம் அடுத்து ஜிந்துப்பிட்டி முருகன் கோவில், வெள்ளவத்தை கடற்கரை என்று நீண்டு வந்தது. பெண்கள் பழக்கம் மட்டுமே அல்ல, கடையில் இருக்கும் நான்கைந்து பெடியள் தாண்டி அவனுக்கு யாருடனும் பழக்கம் இருந்ததில்லை. நர்ஸிங் படிப்பதாக அந்தப் பெண்ணாகச் சொன்னதைத் தவிர எதையும் அவன் கேட்டு நச்சரிக்கவும் இல்லை.

மிகக் குறைந்த வயதிலேயே கருவாட்டுக் கடைக்கு வந்து தனிமையில் காலம் ஓடிய அவனுக்கு அது மிகப்பெரிய ஆறுதலாக இருந்தது. மிகக் கடுமையாக உழைப்பது, ஊருக்கு பணத்தை அனுப்புவது என்பது தாண்டி அவனுக்கு வேறொரு உலகமே இருந்த தில்லை. எல்லாம் மாறி வந்தது இரண்டு வருடங்களாகத்தான். வெளிநாட்டு வேலை ஒன்றுக்குக் கடந்த ஒரு வருடமாக அந்தப் பெண் முயன்றுவந்ததை அவளே ஒருமுறை இடையில் சொல்லி இருந்தாள். ''நான் போனதும் அழைப்பேன். விரும்பினால் வா'' என்றதிலிருந்து அவன் கனவுகள் நீண்டு வளர்ந்தது. அவள் அழைத்தால் எங்கும் செல்லும் அளவுக்கு அவனுள் காதல் படர்ந்து கிடந்தது. அந்த நினைவு வலையில் மீளாமலேயே இருந்து வந்தான்.

அவன் அப்பாவி என்றும், இதெல்லாம் வேண்டாம் என்றும் ஆரம்பத்தில் சொன்ன நண்பர்கள் அவன் மேலான அன்பினால் அவனை மகிழ்ச்சிப்படுத்தத் தயாரானார்கள். அவர்களின் வேண்டுகோளை ஏற்று அவளை அறிமுகப்படுத்தி வைத்தான். அவர்களுக்கும் அந்தப் பெண்ணைப் பிடித்தது. அவள் மேலான நம்பிக்கை சரிதான் என்று சங்கரையும் அவளையும் கொண்டாடத் தொடங்கி இருந்தார்கள். இதை வெளியில் தெரியாமல் பார்த்துக் கொள்ள வேண்டிய தேவையும் அவர்களுக்கு இருந்தது.

கஸ்டப்பட்ட குடும்பத்தைச் சேர்ந்த இளைஞர்கள் என்பதால் கண்டிப்பு வளையம் ஒன்றை முதலாளி போட்டிருந்தார். பஞ்சவர்ணம் இவர்களுடன் நன்றாகப் பழகியபோதும் அளவோடுதான் வைத்துக்கொண்டார். உழைத்த காசை ஊருக்கு அனுப்புவது தொடங்கி வீண் செலவுகளைப் பெடியள் செய்து பழகக்கூடாது என்று அவ்வப்போது ஆலோசனை சொல்வதுண்டு. ஏதாவது

செலவுக்குப் பணம் கேட்டாலும்கூட பஞ்சவர்ணம் கேள்வி கேட்டே பணத்தாசையைச் சிதைத்து விடுவார்.

ஜுன் மாதம் அவளுடைய பிறந்தநாள், அன்று எங்காவது அழைத்துப் போகக் கேட்டதின் பெயரில் லொஜுக்கு அழைத்து வந்தான். இவர்களுடன் எப்போதும் பாசமாக இருக்கும் கொழும் பன்றிதான் உள்ளே அழைத்துப் போனார். தனது அறையில் இருக்கும் பெண்ணின் தோழி என்று பஞ்சவர்ணத்தைக் கடந்து போகும்போது பெயருக்குச் சொல்லிக்கொண்டே போனார். அதை ஒரு பொருட்டாக அப்போது அவர் கேட்கவும் இல்லை.

மானேஜர் டொப்சனுக்கு போகும்போது சங்கரின் நண்பர்கள் பெரிய அறையிலிருந்து உள்ளே போய்க் கை காட்டிவிட்டு வந்தார்கள். வழக்கமான பேச்சுக்கள்தான் அங்கு நடந்தன. சங்கர் அறை வாசலிலேயே நின்றான். பக்கத்து அறைகளில் இருந்து சிலர் வந்து வேடிக்கையாக எட்டிப் பார்த்தார்கள். அந்தப் பெண் சற்று தலை குனிந்து கையிலிருந்த ஒரு டம்ளரில் ஏதோ குடித்தபடி இருந்தார். பெருங்கூந்தல் பாதி முதுகை மறைத்தது. சற்றுப் பெரிய குருத்துப் பச்சை சுடிதார் போட்டிருந்தார். அதில் கத்தரிக்காய்களின் ஓவியங்கள் மஞ்சள் நிறத்தில் இருந்தது. எல்லாம் ஒரு பதினைந்து நிமிட நேரங்களில் நடந்து முடிந்தது. மானேஜர் இன்னும் வராததால் ஐந்துதாறு பேர் வரவேற்பறை வரை வந்து கை காட்டி அனுப்பி வைத்தனர்.

சங்கர் அவள் கையைப் பிடித்தபடி திரும்பி திரும்பிப் பார்த்துச் சிரித்தபடிப் போனான். அந்தத் தெரு அன்றைக்குத்தான் அவனை அவ்வளவு மகிழ்ச்சியாகக் கண்டிருக்கும். அந்தத் தெரு வேறொன்றையும் கற்பனைகூடச் செய்திருக்காது.

28

மாலை நான்கு மணிக்கு மேல் பஞ்சவர்ணம் ஆட்டோவில் வந்து இறங்கினார். பொலிஸ் ஏற்றிக்கொண்டு போனவர்கள் அவரோடு வந்ததால் பலரும் திரும்பிப் பார்த்தனர். இன்னும் அங்கே பொலிஸ் வாகன் ஒன்று நின்றபடியே இருந்ததால் அவசரமாக உள்ளே போனார்கள். அந்த இளம்பெண் அழுதபடியே குளியலறைக்குள் போய்க் கதவை மூடிக்கொண்டாள். அவளுக்குப் பின்னாலேயே வந்த கொழும்பன்ரி இதை எதிர்பார்க்காமல் அறைக்கதவைத் தட்டி, ''கதவைத் திற. முதலில கதவைத் திற பிள்ளை'' என்று திரும்ப திரும்பக் கொஞ்சிக்கொண்டு நின்றார். வேறு சில பெண்களும் அவருடன் சேர்ந்து வெளியே வருமாறு கொஞ்சம் அதட்டலாகச் சொன்னார்கள். அழுதழுது சிவந்த முகத்துடன் கதவைத் திறந்தவளை அடிக்கக் கையை ஓங்கிவிட்டுப் பின் கண்களைத் துடைத்துத் தோளோடு அணைத்தபடி அறைக்கு அழைத்துப் போனார் கொழும்பன்ரி.

கொழும்பன்ரிக்குச் சங்கரை நினைத்துப் பெரிய கவலையாக இருந்தது. மகன் போல மூன்று வருடங்களுக்கு மேல் பாசமாகப் பழகியவன். கொழும்பு வந்த பிறகு தனக்கென்று ஒரு ஆறுதலான மகனாக அவன் மனதில் எப்போதும் இருந்தான். அவனுடன் வந்தஅந்தப் பெண்ணின் முகத்தைக்கூடப் பலமுறை ஞாபகப் படுத்திப் பார்த்தார். எவ்வளவு யோசித்தும் அவருக்குத் துல்லியமாக ஞாபகமே வரவில்லை. அந்த ஒரேஒரு சந்திப்புக்குப் பிறகு ஒருநாளும் பார்த்ததே இல்லை. அந்தப் பக்கமே சங்கரும் அழைத்து வந்ததில்லை.

விசாரணையில் தாங்கள் ஒருமுறை பார்த்தோம் என்பதையே திரும்ப திரும்ப மூவரும் சொன்னார்கள். உண்மையில் அவர்கள் அறிந்ததே அவ்வளவுதான். அறையில் இருக்கும் தாய்க்கு அப்படி நடந்ததே நினைவில் இருக்கவில்லை. மகளை விசாரணை என்ற பெயரில் மீண்டும் மீண்டும் ஒவ்வொரு அதிகாரிகளும் மிரட்டியதில் அவருக்குத் தன்னைச் சுற்றி நடப்பதுவே கலக்கமாகி இருந்தது. இதெல்லாம் சங்கருக்குத் தெரியுமா என்பதுகூட கொழும்பன்றிக்குக் குழப்பமாக இருந்தது. உலகத்தின் மேல் அவநம்பிக்கை வருகிறதோ என்று தோன்றியது. மகனைப் பார்க்கப் போவதில் ஏதாவது புதிய பிரச்சினை வருமோ என்ற கவலை இன்னும் மனதைக் குடைந்தது.

பஞ்சவர்ணம் முதலாளிக்கும் அவரின் நண்பர்களுக்கும் போன் செய்தபடியே இருந்தார். எப்படியாவது சங்கரின் வீட்டுக்குத் தகவல் அனுப்ப முயன்றார். கடையிலிருந்து கப்பலில் போவோரிடம் சொல்லி அனுப்புவதே நல்லது என்று கடையில் இருப்போர் சொன்னதால் அதையே செய்யலாம் என்று முதலாளிக்கு மறுபடியும் அழைத்துக் கூறினார். அவனைக் கண்ணில்காட்ட பொலிசார் தயாராக இருக்கவில்லை. அதில் அதிக நெருக்கடி கொடுத்தால் தங்களுக்கு நெருக்கடி வருவதைத் தவிர எந்த நன்மையும் நடக்காது என்று கடையிலிருந்து வந்தவர்கள் சொன்னதை பஞ்சவர்ணமும் அப்போது ஏற்றுக்கொள்ள வேண்டி இருந்தது. கருவாட்டுக் கடைத் தெருவில் இவர்களின் கடையைப் பலர் பார்த்தபடி இருப்பது போல லொஜைக் கடந்து போகும் பலரும் எட்டிப்பார்த்தபடியேதான் போனார்கள்.

நெருக்கடி பல பக்கங்களாலும் தொடர்ந்தது. கடையில் பெருந்தொகை ஒன்றைக்கேட்டு சில இராணுவத்தினர் தொல்லை கொடுக்க முனைந்தனர். அவர்களின் பின்னே பெரிய இராணுவ அதிகாரிகளும் பொலிஸ் அதிகாரிகளும் இருந்ததால் வேறு வழி இல்லாத நிலையில் நாற்பது இலட்சங்களுக்கு மேல் கொடுத்து ஓரளவு அவர்களைச் சமாதானம் செய்தது முதலாளியின் தரப்பு. ஆனாலும் எதுவும் முடிவதாகத் தெரியவில்லை.

மெண்டிஸ் தனக்கு பணம் வரவில்லை என்று லொஜில் வந்து பஞ்சவர்ணத்திடம் சத்தம் போட்டான். அவன் வரவேற்பு மேசையில் கைகளால் அடித்துப் போட்ட சத்தத்தில் எல்லோரும் பயந்துபோய் இருந்தார்கள். தெருவிலும் சிலர் பார்த்தபடிக் கடந்து போனார்கள். அவன் போன பிறகு அபயசேகர மட்டுமே உள்ளே வந்து பஞ்சவர்ணத்தின் தோளில் கை வைத்து ஆறுதல் சொன்னார்.

29

வெளிப்பார்வைக்கு லொஜில் பிரச்சினை இல்லாதது போல இருந்தாலும் பிரச்சினைகள் தொடர்ந்தபடி இருந்தன. சில குடும்பங்கள் வேறு லொஜ்களை நோக்கிப் போகத் தொடங்கி னார்கள். பஞ்சவர்ணம் அவர்களின் கவலைகளைப் புரிந்துகொண்டு ஆறுதல் சொல்லியே அனுப்பி வைத்தார். காவல்துறையில் இருந்த சிலரும் மெண்டிஸ் போன்றோரும் மாறி மாறி லொஜ் பக்கம் வந்தபடி இருந்தார்கள். முன்போல் இல்லாமல் இப்போது நினைத்தபடி உள்ளே வரவும் பஞ்சவர்ணத்தை ஒரு பொருட்டாகவே கருதாமலும் நடந்து கொண்டார்கள். காசு வாங்குவதில் எல்லோரும் குறியாகவே இருந்தார்கள்.

சில முறை முதலாளியிடம் நிலைமையைச் சொன்னபோதும் எதுவுமே மாறியிருக்கவில்லை. பஞ்சவர்ணமும் அந்த முயற்சியில் இறங்கி எந்தப் பயனும் இல்லை என்பதை விளங்கிக்கொண்டார். சற்றுப் பழமையாக இருந்த அந்த லொஜை இடிக்கும் திட்டம் ஒன்று இருப்பதாகத் திடீரென்று கதை பரவியது. அதைக் காரணம் காட்டிக் கொஞ்சம் கொஞ்சமாகப் புதிதாக வருகிறவர்களை வேறு லொஜ்களுக்கு இவர்களே நிலைமையைச் சொல்லி அனுப்பினார்கள். இருப்போரும் வெளியேறுவது தொடர்ந்து கொண்டிருந்தது.

விசாகப்பெருமாளின் மெடிக்கல் பிரச்சினையால் சற்று பொன்சரில் தாமதம் ஏற்பட்டாலும், போய்விடலாம் என்பது உறுதியானது. அங்கேயே இருந்து போகலாம் என்று விசாகரும் உறுதியாக இருந்தார். பஞ்சவர்ணம் அதில் ஏனோ ஆறுதல் அடைந்தார்.

கனடாவில் வருமானக்கணக்குக் காட்ட இரண்டு வேலைகளைச் செய்து வந்ததால் ரெலிபோன் அழைப்புகள் குறைந்திருந்தன. பொன்னம்பலத்தின் காசும் தெரிந்த வேறொருவரின் காசும்கூட வாங்கியில் கணக்குப் போட்டுக் காட்டி வந்தாள் மூத்தவள். அந்த நெருக்கடிகளில் இருப்பவளிடம் இவைகளைச் சொல்லவேண்டாம் என்றே நினைத்தார்கள்.

சில நாட்களில்சங்கரைத் தவிர எல்லோரையும் ஒருவாறாக வெளியே கொண்டு வந்திருந்தார்கள். முதலாளி இதில் கணக்குப் பார்க்காமல் பிரச்சினைகள் முடிப்பதில் சிலர் மூலமாக இயங்கிக்கொண்டே இருந்தார். சங்கரின் குடும்ப நிலையில் இருந்து அவனின் அறியாமை, கடினமான உழைப்பு எல்லாவற்றையும் எவ்வளவு முடியுமோ அவ்வளவு தூரம் காவல்துறைக்குக் கொண்டுசேர்த்தார். இதற்கான எல்லா வழிகளையும் அவர் வஞ்சகமே இல்லாமல் செய்தார். சங்கரின் தாயாரை ஊரிலிருந்து வரவழைத்து எல்லா உதவிகளையும் செய்தார். என்னதான் முயன்றாலும் சங்கரை நெருங்கவே முடியவில்லை. அவனின் தாயார் அவனைப் பார்ப்பதற்குக்கூடக் கடைசிவரை அவர்கள் அனுமதிக்கவில்லை. தமிழ் அரசியல் பிரமுகர்கள் சிலரும் கூட, ‘இயக்கம் தொடர்பான’ என்ற ஒற்றை வார்த்தைக்காக, இவர்களைப் புறந்தள்ளி, வேலை இருப்பதாக ஒதுங்கிக்கொண்டார்கள்.

30

என்னைக் கொலையிடும் அரசுக்கு.
ரத்த நிறத்திலொரு நிழல்
வன்மம் பீறிட்டு வழிய
நூற்றாண்டுகளுக்கு மேலாக படர்கிறது
இது பற்றி எழுதுவதாலோ
அல்லது பேசுவதாலோ
தசைகளை துளையிட துப்பாக்கிகள் தயார்
ஆதலால்
கொழும்பு சட்ட ரீதியாக
வெளிப்படையாக
ஊடகங்களுக்கு அழைப்பு விடுத்து
உலகைத் துணைக்கு அழைத்து
எனது இனத்தின் பெயரை கீழ்மையான
சொற்களால் திட்டி
வேகமாகவும் அதைவிட வன்மமாகவும்
என்னை கொன்றுவிட முடியும் தான்

ஆனாலும்
சிறுமைப்படும் மானுடத்தின்
கையாலாகாத வெளியொன்றில்
பற்றிப் படரும்
எனது குருதிக் கறைகளும்
கவிதைகளும்

ஒரு சுதந்திர சுவர்க்கத்திற்கு இட்டுச் செல்லும்
அடுத்த தலை முறையை...

- அகரமுதல்வன்

இருண்ட அந்த அறை எந்த அளவு என்றே தெரியவில்லை. அந்த அறைக்குள் கனகராசா சங்கர் எனும் சங்கர் தரையில் முகம் தேய விழுந்தே கிடந்தான். உடலின் எந்தப் பாகத்தையும் அசைக்க முடியவில்லை. அசைக்க முனையும் ஒவ்வொரு தடவையும் உடல் வலியில் சுருட்டி இழுத்தது. வயிற்றில் தசைகள் பிய்ந்தது போலப் பெரு வலி அதிகமாக இருந்தது. உடலைச் சுருட்டி அசையாமல் கிடந்தது இரண்டாவது நாளாக இருக்கும். மிகச்சரியாக எத்தனை நாள் என்று அவனுக்குத் தெரியாது. உள்ளே கால்கள் தேய இழுத்து வந்து போட்டபோது அரை மயக்கத்தில்தான் இருந்தான். வலி குறையும் என்று சிரித்தபடி அவன் குண்டியில் ஏதோ ஒரு மருந்தை ஏற்றினார்கள். எதையும் எதிர்க்க அவனுக்கு ஒரு துளி வாய்ப்பும் இருக்கவில்லை.

அவள் தற்கொலை செய்துகொண்டாள் என்பது மட்டுமே, விசாரணை மயக்கத்திலும் நினைவு தப்பாமல் அவன் நெஞ்சில் புரண்டது. அதைத் துல்லியமாக கணித்தார்களோ அல்லது அது விசாரணை முறையோ தெரியவில்லை, அதையே அடிக்கொருதரம் அவனுக்குச் சொல்லியபடி இருந்தார்கள். இடைக்கிடையில் இனி உங்கள் திட்டங்கள் பலிக்காது என்ற வார்த்தையுடன் முகத்தில் அறைந்தான் ஒருத்தன். அந்த இடமே தனித்த தோலாக மரத்துப்போனதை அவன் அறிந்திருக்கவில்லை.

ஏன் தற்கொலை செய்தாள் என்று அவனுக்கு எந்தப் பதிலும் கிடைக்கவில்லை. அவள் புலி புலி கொட்டியா கொட்டியா என்று எத்தனை முறை சொன்னாலும் அவன் காதில் விழவே இல்லை. அதைப்பற்றி அவனுக்கு எந்த எண்ணமும் இருக்கவில்லை. ‘என்னிடம் சொல்லவில்லை. எதுவாக இருந்தால் என்ன என்னிடம் சொல்லாமல் ஏன் விட்டாள். எதுவானாலும் நான் இல்லையா. எதற்குத்தான் நான் இருந்தேன்.’ இதையே அவன் கேள்வி கேட்காத நொடிகளிலும், இரத்தம் வடியாத வலியிலும் எண்ணியபடி இருந்தான். அவள் முத்தமிட்ட கன்னத்தின் தோல் இப்போது உணர்வற்றதாக இருந்தது. அவளாக முத்தமிட்ட நொடிகள், அதற்கடுத்த நொடி அவள் முகத்தில் படரும் வெட்கம் எல்லாமும் அந்த இருட்டின் ஏதோ ஒரு மிரட்டலில் விலகிப்போய்க்கொண்டு இருந்தது.

நினைவு வந்தது போலக் கண்களின் உள்ளே விழிகள் உருண்டன. கண் விழிப்பதால் அங்கு எதுவும் தெரியப்போவதில்லை. கண் திறந்திருப்பதை அவன் உணரவே கஸ்டப்பட்டான். விழிகளைத் திறந்து திறந்து மூடினான். உடலைத் திருப்பித் தரைக்கு முதுகைக்கொடுத்தான். தரை கொதித்தது. முதுகு பட்டதும் உடலில் இருந்து ஆவி பிரிந்தது போலிருந்தது. நெஞ்சில் கிடந்த கையை நிலத்தில் போட்டான். ஏதோ ஒரு பிள்ஸ்ரிக் போத்தல் கைகளில் பட்டுக் கீழே சாய்ந்தது. அந்த நிசப்தமான இருள் அறையில் சிறுநீர் அசைவுகள் தெளிவாகக் கேட்டன. அந்த ஒரு கையால் அவசரமாகத் தடவி எடுத்து போத்தலைத் திறந்ததும் முகத்தில் அடித்தது மூத்திர நாற்றம். எறிவதற்குள் கை நழுவி முகத்திலேயே ஊற்றப்பட்டது. தலையைத் தூக்கிக் கதற முயன்றான். கண்கள் மறுபடியும் இருண்டுகொண்டு வந்ததை அந்த இருட்டறையிலும் உணர்ந்தான்.

''உன்னை எப்படிப் பிடித்தோம் தெரியுமா?'' என்ற கேள்விகள் எவ்வளவு முட்டாள்தனமானவை. ''அவள் பெயரைச் சொன்னால் வந்திருக்க மாட்டேனா?'' என்று புலம்பி அழ விரும்பி, பலமுறை உலர்ந்த உதடுகளைக் கடித்துக் கண்மூடி அழுதான். இவர்கள் என்ன நினைக்கிறார்கள், என்னதான் நடந்தது, அவளை ஏதோ செய்து விட்டார்கள் என்றெல்லாம் மனம் குழம்பிக் குழறியது. அவள் இனி இல்லை என்பதல்ல, அவனும் இனி இல்லை என்பதை எவரும் அறியார்.

31

ஆள் இல்லாத நிலையை லொஜ் அப்படியே வெளிக்காட்டியது. இப்போது நான்கு குடும்பங்கள் மட்டுமே இருந்தன. யாரும் சேர்ந்து உட்கார்ந்து கதைப்பதில்லை. யாருடனும் வந்து பஞ்சவர்ணம் கலகலப்பாகப் பேசுவதில்லை. எப்போதும் போலத் தண்ணீர் எடுக்க உள்ளே வரும் நானாவையே ஒருவித அச்சத்தோடுதான் பார்த்தார்கள். அந்த கசந்த புன்னகையை எதிர்கொள்ள அவருக்கே சங்கடமாக இருந்தது. சந்திரன் மட்டுமே எப்போதும் போல அந்த லொஜில் இருந்தான். அபயசேகரவுடன் லொத்தர்ச் சீட்டு. நானாவுடன் இடியப்பம். சுண்டல் விற்பவன் வந்தால் அவனுடன் சுண்டல். அவ்வப்போது அப்பாவுடன் கடையில் பொழுதுபோக்கு. ஞாயிறு தவறாமல் கிரிக்கெட்.

விசாகர் முன்போல வேறு இடங்களுக்குப் போவதில்லை. குடிப்பதை அவராகவே நிறுத்தி இருந்தார். வேலை முடிகிறதோ இல்லையோ, ஐந்தரை அளவில் அவசரமாக வந்து நிற்பார். முதலாளியிடம் விரைவில் கனடா போய்விடுவேன் என்று சாடையாகச் சொல்லி விட்டதில் இருந்து, அவர் இயல்பாகப் பார்த்தாலும் விசாகருக்கு ஒரு மாதிரியாக இருந்தது. நீண்ட காலங்களின் பின் விசாகரைக் கண்டதில் அவருக்கு ஒரு சந்தோசம் வந்திருந்ததைக் கடையில் எல்லோரும் அறிந்திருந்தனர். அந்தச் சுதந்திரமான கடையை விட்டுப் போக அங்கு யாருமே விரும்பிய தில்லை. ஆனால், விசாகர் போகப்போகிறார்.

ஒரு குடும்பம் தற்காலிகமாக இந்தியா போக முயன்றது. இந்தியன் எம்பசியில் கடுமையான விசா பிரச்சினைகள் இருக்கிறது என்று ஒரு பக்கம் பேசிக்கொண்டாலும் போக வேண்டிய கட்டாயத்தில் அவர்கள் இருந்தார்கள். அவர்களின் மகள் கொஞ்சநாள் இயக்கத்தில் இருந்து விலத்தி இருந்தாள். அதனால் அவர்களிடம் ஒரு பதற்றம் இருந்தது. ''சத்தியசாஜி பாபாவைத் தரிசிக்கப் போகிறோம்'' என்று சொன்னார்கள்.

வசன சீர்திருத்த உதவியைப் பொறுப்பு ஏற்கெனவே சிறப்பாகச் செய்திருந்தார். பலரும் இதே கதையுடன் வந்திருந்த போதும் இவர்களுக்கு சத்தியசாஜிபாபாவின் அருள் உடனே கிட்டியதிலும் பொறுப்பின் மறைமுகப்பிரார்த்தனைகள் இருந்தன. 25ஆம் திகதி டிக்கெட் போட்டார்கள். பெற்றாவின் வாசனையை முகர்ந்துகொள்ள ஐந்து நாட்கள் மட்டுமே அவர்களுக்கு மிச்சமிருந்தது.

32

எல்லாம் களவாடிய பிறகு
மிஞ்சியிருந்த மனங்களை தேடியழிக்க
புதிய நிறங்களாலான உடைகளில் திரிந்தது சிங்கம்.
விழிகள் மூட
இரவுகள் அலைகிற நாட்களில்
கறுப்பு நிலவுகள்
உதிர்ந்தன வானத்திலிருந்து

- தீபச்செல்வன்

விசாகர் குடும்பத்துக்கு பொன்சர் சரி வந்ததில் லொஜில் பலரும் உற்சாகமாக இருந்தார்கள். அங்கே இருந்த சூழலில் இப்படியான சந்தோசங்களைப் பங்கு போடுவதில் எல்லோருக்கும் ஒரு மன ஆறுதல் கிடைத்தது. ஊரிலேயே எவ்வளவோ எல்லாம் விட்டுவிட்டு வந்திருந்ததால் கொழும்பில் அவர்கள் பெரிதாக எதுவுமே வாங்கி இருக்கவில்லை. தாரணிக்கோ விசாகருக்கோ எந்த ஆர்வமும் பொருட்களை வாங்குவதில் இருக்கவில்லை. அந்த அறையில் மூவர் அடைந்து கிடக்கவே சரியாக இருக்கும். காற்று உள்ளே வருவதென்றால் அதற்கும் கொஞ்சம் இடைவெளி வேண்டும். இல்லாத காற்றுக்கு அங்கு பிரச்சினை இல்லை.

சற்றுப் பழசாகி இருந்த துணிகள் மற்றும் மண்ணெண்ணெய் குக்கர் போன்றவைகளை என்ன செய்வதென்றே தெரியவில்லை. ''அதெல்லாம் தூக்கிக் கொண்டா வரப்போறியள். அறிவில்லாத

வேலை. உடுப்புகளை மட்டுமே கொண்டு வாங்க'' என்று தானாகவே ஏதாவது நினைத்து ரெலிபோனில் ஸ்பீக்கர் வைக்காத குறையாக ஒவ்வொரு நாளும் சொல்லிக்கொண்டிருந்தாள் மூத்தவள். எல்லாம் கொழும்பன்ரிக்கு என்று தாரணி சொல்லி விட்டாள். விசாகர் எதனிலும் ஆர்வம் காட்டவில்லை. இவ்வளவு காலத்தில் அவர் பஞ்சவர்ணத்தோடு பேசிய நாட்கள் மிகக் குறைவாகவே இருந்தன. அப்படிப் பேசினாலும் நாலு வார்த்தை தாண்டியதில்லை. இப்போது அவ்வப்போது அவருடன் கொஞ்சம் பேசினார். பஞ்சவர்ணம் சிரிக்க சிரிக்க அவருடன் ஆசையாகப் பேசியபோதும் முகத்தில் மறைக்கவே முடியாத சோக நிழல் முழுமையாகவே பரவியிருந்தது.

எதற்கும் இடிந்து போகாமல் இருந்த கொழும்பன்ரியை அவருடைய அறையே கொஞ்சம் கலங்கடித்துத்தான் இருந்தது. அந்தப் பெண்ணை தங்கள் அறைக்கு அழைத்து வந்ததே இவ்வளவு பிரச்சினைக்கும் காரணம் என்பது அவ்வப்போது அவர்கள் பேச்சில் வந்து விழுந்தது. அப்போதெல்லாம் தாரணியை நாடியே அவர் வந்தார். தனது மகனைப் பற்றியும் அவன் திருமணத்தைப் பற்றியும் மணிக்கணக்காக அவள் கைகளைப் பிடித்தபடியே பேசுவார். இதெல்லாம் என்ன பிரச்சினை என்று அவரே தாரணிக்கு ஆறுதலும் கூறுவார். ஒரு இடத்தில் பிரச்சினை வந்தால் நாம் போக வேண்டிய இடத்துக்கான சமிக்ஞை அது. அதன் தேவைக்கு நகர்வது என்பதுதான் இயல்பான வாழ்வே. தைரியம் மட்டுமே கடைசிவரை சுமக்க வேண்டியது. கவலைகள் சுமக்க வேண்டியவை அல்ல.

ஜிந்துப்பிட்டி முருகன் கோவிலுக்குப் போனார்கள். கொழும்பு வந்த பிறகு அப்போதுதான் முதன்முதலாக சந்திரன் கோவிலுக்குப் போனான். இதற்கு முன்னும் ஒருமுறை முருகன் கோவிலுக்குப் போன கையோடு பொன்னம்பலவாணேசுவரர் கோவிலுக்கும் கொழும்பன்ரி தாரணியை அழைத்துப் போயிருந்திருக்கிறார். சந்திரனுக்கு பெற்றாவே இவ்வளவு நாட்கள் வாழ்வாகி இருந்தது. ஆனாலும் கோவில் அவனுக்கு அன்று பிடித்திருந்தது. கோவிலில் பவுன் கலரில் கையில் கட்டும் கயிறு வாங்கினார்கள். ஏற்கெனவே கொழும்பன்ரி கையில் மூன்று கயிறுகள் வேறு வேறு நிறங்களில் இருந்தன. மகனுக்கும் சேர்த்து அவர் தன் கையில்தான் கட்டி இருந்தார். அடுத்து நான்காவது கயிற்றையும் அவர் கையில் தாரணிதான் கட்டி விட்டாள்.

தூண் ஒன்றுக்கு கொழும்பன்ரியை இழுத்துச் சென்று தன்னோடு இருத்திக் கொண்டாள்.

‘‘சரி, நான் கனடாவுக்கு போறேன். உங்களுக்கு என்ன வேணும்?’’

‘‘எனக்கென்னடி, என்ர மகன்தான் வேணும்.’’

‘‘சரி, நான் உங்கட மகனுக்கு மருகள் தாறன், சரியா. எப்பிடி வேணும்?’’

‘‘எப்படி எண்டா மகனுக்குப் பிடிச்ச மாதிரிதான்.’’

‘‘உங்கட மகனுக்கு எப்பிடிப் பிடிக்கும்?’’

‘‘இதெப்பிடியடி சொல்லுறது. எனக்கு பிடிச்ச மாதிரித்தான் பிடிக்கும்.’’

‘‘உங்களுக்கு பிடிச்சா மகனுக்கும் பிடிக்குமா?’’

‘‘அவற்ற அம்மாவுக்குப் பிடிச்சது பிள்ளைக்கு பிடிக்கும் போகுமா.’’

‘‘எனக்கும் அம்மாவை பிடிக்கும்.’’

இவர்களைச் சுற்றிக்கொண்டிருந்த சந்திரனைப் பிடித்து தன் மடியோடு இருத்தி இறுக்கிப் பிடித்தபடி கொழும்பன்ரியையே கொஞ்ச நேரம் பார்த்துக் கொண்டிருந்தாள்.

வாசலால் இறங்கித் திரும்பி லொஜுக்கு வரும்போது சந்திரன் சற்று முன்னே ஆர்வமாக நடந்து வந்தான். தாரணி கொழும்பன்ரியுடன் நடந்தவாறே மணி பர்சைத் திறந்து ஒரு கடிதத்தை கொழும்பன்ரியின் கையில் கொடுத்தாள். ‘‘இதென்ன பிள்ளை. என்னடி இது’’ என்று இரண்டு முறை கொழும்பன்ரி கேட்டார். இரண்டாவது முறை கேட்கும்போது சந்திரன் ‘என்ன’ என்பது போலத் திரும்பிப் பார்த்துவிட்டு நடந்தான். கொழும்பன்ரி தாரணி ஏதாவது வாய் திறப்பாள் என்று எதிர்பார்த்தபடியே நடந்து வந்தார். எந்த அசைவும் அவள் முகத்தில் இருக்கவில்லை. கண்கள் சற்றுக் கலங்கி இருந்தன. கொழும்பன்ரி இப்போது அவளைக் கையைப் பிடித்து அணைத்தபடி நடந்து வந்தார். சந்திரனுக்கு அதைப் பார்க்கச் சிரிப்பாக இருந்தது. திரும்பி திரும்பிப் பார்த்துச்சிரித்தபடிப் போனான். கொழும்பன்ரியின் மகனை தாரணி பார்த்ததே இல்லை. ஆனால் அந்தக் கடிதம் அவனுக்குத்தான் எழுதப்பட்டிருந்தது.

33

தேர்தல் பிரச்சாரம் கொழும்பில் பரபரப்பாக நடந்து கொண்டிருந்தது. குண்டு வெடிப்புகள் நிகழலாம் என்ற பயத்தில் இன்னும் பாதுகாப்பு பெருகி இருந்தது. மென்டிஸ் உட்பட பலர் புதிது புதிதாக லொஜ் பகுதியில் சுற்றிக்கொண்டே இருந்தார்கள். இறந்த பிரேமதாசா கட்சிக்காரர்தான் அந்தப் பகுதியில் வெற்று பெறுவார் என்று பரவலாகப் பேசிக்கொண்டார்கள். இருந்தாலும் ஜே.வி.பி கட்சியினரும் ஓரளவு ஓட்டுக்களைப் பெற வாய்ப்பிருந்ததால் இரண்டுக்கும் நடுவே இருக்கும் சந்திரிகா கட்சிக்கு இந்த முறை புதிய வாய்ப்பு இருக்கிறது என்றும் இன்னும் ஒரு பகுதியினர் பேசிக்கொண்டார்கள். சந்திரிகாவின் கணவரான குமாரதுங்காவை சுட்டுக் கொன்றது ஜே.வி.பி தான் என்றாலும் அதைத் தீவிரமாக எப்போதும் சந்திரிகா பேசுவதில்லை. குமாரதுங்காவின் தமிழர்கள் மேலான கொஞ்ச அக்கறைகூட சிங்கள அரசியல்வாதிகளுக்குப் பிடிப்பதில்லை என்ற கதையும் தமிழர் அரசியல் மட்டத்தில் உலவியதுண்டு.

குடு தர்மபாலவின் சுவர்களில் யானைப்படம் போட்ட சுவரொட்டிகளைத்தான் கனக்க காண முடிந்தது. ஒவ்வொரு நாள் இரவும் அவன் அதைக் கிழித்து எறிந்தான் இருந்தாலும் மறுநாள் வந்து ஒட்டியபடிதான் இருந்தார்கள்.

கொழும்பு வந்திருந்த காலம் முதல் வாழைப்பழக் கடைமுதலாளி ஒருவரிடமே தர்மபால தொடர்ந்து ஐந்து வருடங்கள் இருந்தான். அவனுக்கு யாரும் இல்லை என்பதாகச் சொல்லி இருந்ததான்.

முதலாளி அவனை கனக்கவே வேலை வாங்கினார் ஆனாலும் அவனுக்குப் பணம் கிடைத்தது. ஜே.வி.பி தேர்தல்களில் பங்கெடுத்தது அவனுக்கு நீண்ட நாட்களின் பிறகே தெரிந்தது. அவன் அப்படித்தான் வாழ்ந்து வந்தான். அவனுக்கு நீண்ட நாட்களாகவே ஒரு பயம் எப்போதும் இருந்ததால் அவன் எங்கேயும் போவதும் இல்லை.

தான் எப்போதோ சிறியவனாகக் கண்டிருந்த ஒருவன் தேர்தலில் போட்டியிடுவதெல்லாம் அவனுக்கு அதிசயமான செய்தியாக இருந்தது. அவனுக்கும் ஒரு ஆர்வம் அவ்வப்போது வந்தது. அவனும் ஒருநாள் கட்சி அலுவலகம் போனான். ஒரு காலத்தில் கண்டு பயந்தோடிய பொலிசார் அங்கு காவலில் இருந்தார்கள். சிலர் இவனை யார் என்றே தெரியாதது போல உரையாடினார்கள். உண்மையில் அவனைப் பலருக்கும் தெரிந்திருக்கவில்லை. அவர்கள் எல்லோருக்கும் அவனைத் தெரியாது என்றாலும், நன்றாகத் தெரிந்தோரும் இருந்தனர். அப்போது அவர்களுக்குள் ஏற்பட்ட தள்ளுமுள்ளில் ஒருவன் தர்மபாலவை தலையில் இரண்டு முறை அடித்து விட்டான். கொஞ்சமும் எதிர்பாராத தாக்குதலால் தர்மபால சில நிமிடங்கள்திணறினான். இருந்தபோதும் அடக்கி வைத்திருந்த வெறி அப்போது வெளி வந்தது. அது அவனே கண்டிராத வெறி. ஒருவனை உதைத்து வீழ்த்தினான். திடீரென்று இவனைச் சிலர் சூழ்ந்தார்கள். அவன் நல்லெண்ணமாகக் கொண்டுபோன அவன் சேமிப்பில் ஒரு பகுதி அப்போது அவன் கையில் இருந்தது. அதைப் பிடுங்க முயன்றார்கள். அப்போது பொலிசாரும் கட்சிக்காரர்களும் ஒன்றாகவே இயங்குவதை அவர்களின் செயற்பாடுகள் காட்டிக் கொடுத்தன. ஒரு கட்டத்தில் இவனின் பையைப் பறித்துவிட்டு, அவர்களே திருடன் திருடன் என்று கத்தினார்கள். பொலிசாரும் அவர்விருப்பம் போல இவனைப் பிடித்து இழுத்து வந்து வெளியே தள்ளினார்கள். அங்கிருந்த கூட்டமும் திருடன் திருடன் என்று கத்தவே பெரும் கூட்டம் திரண்டு அவனைக் கெட்ட வார்த்தைகளால் பேசிக் கல்லெறிந்து துரத்தியது.

அங்கு கண்ட ஒருவனை எங்கோ பார்த்த ஞாபகம் வந்து வந்து போனது. அவனெப்படி இங்கு வந்தான் என்று திரும்ப திரும்ப நெஞ்சைத் தடவியபடி நடந்தான். அவன்தான் அவன்தான். யாரையோ கழுத்து அறுத்துக் கொன்றதாகத் தனது தோழருடன் குதூகலித்துப் பேசிவிட்டுப் போனவன்தான். மூஞ்சியை மறைத்துக் கொண்டு அவன் போன பிறகு கொஞ்சம் நாட்கள் கழித்துப் பலர் பேசியதிலிருந்து தர்மபாலவுக்கு அது தெரிய வந்தது. கொழும்பில் இருக்கும் எதோ ஒரு பல்கலைக்கழகத்தில் படித்த தயா பத்திரான

என்ற மாணவரைத்தான் கழுத்தறுத்துக் கொன்றிருந்தார்கள். ஜே.வி.பி செய்த பல அப்பாவிகளின் கொலைகளைத் தொடர்ந்து அம்மபலப்படுத்தி வந்தான் தயா பத்திரான. மாணவர்கள் மத்தியில் அவனுக்குச் செல்வாக்கு இருந்தது. அவனை விட்டுவைத்தால் பெரிய இடைஞ்சல் தருவான் என்று கடத்திக்கொண்டுபோய்க் கழுத்தறுத்துக் கொன்றிருந்தார்கள். இதெல்லாம் ஏன் ஞாபகம் வருகிறது என்ற சோர்வும் தர்மபாலவுக்கு வந்தது.

உடலில் இரத்தம் வடிய, கிழிந்த வெள்ளைச்சறத்துடன் கடைக்குத் திரும்பினான். கடையின் மேல்பகுதியில் அவனுடைய சிறிய தங்குமிடம் இருந்தது. மெதுவாக மேலே போனவன் யாரையும் அழைக்கவோ பேசவோ விரும்பியிருக்கவில்லை. நீண்ட நேரம் தனிமையில் அழுதான். அவன் காலையில் இருந்து உணவு அருந்தியிருக்கவில்லை. தலையின் ஒரு பகுதியில் விண் விண் என்று இழுத்தது. பெரும் வலியுடன் அவனால் நித்திரை கொள்ளவும் முடிந்திருக்கவில்லை.

இரவு இரண்டரை மணியளவில் மனம் போன போக்கில் இறங்குவது போல அறையை விட்டுக் கீழே வந்திருந்தான். அவன் கையில் கொஞ்சம் காசு இருந்தது. பணத்தாள்களைக் கையில் இறுக்கிக் கசக்கினான். அந்த இரவில்அவன் கடைக்கு எதிரே இருந்த மற்றொரு கடையின் சுவருக்குஅந்தப்பக்கம் சிறிய வெளிச்சங்களும் கெக்கலும் சிரிப்புமாக மனித நடமாட்டம் தென்பட்டது. சற்றுத் தள்ளாடிய படியே அவர்களை நோக்கி நடந்தான். றோட்டின் தொலைவில் மின் விளக்குகள் எரிந்தபோதும் அந்தப் பகுதி அவர்களுக்கு வசதியான இருளுடனே இருந்தது.

தர்மபால கையில் இருந்த பணத்தை அப்படியே கீழே எறிந்திருந்தான். அவன் கையில் ஒரு வெள்ளிப் பேப்பர் இருந்தது. அவன் ஏற்கெனவே மயக்கமானவன் போல அதன் மேல் எழும் குடுவின் புகையை ஆழமாக இழுத்தபடி இருந்தான். அங்கே இருந்த இரண்டு பேர் இவனின் செய்கையைப் பார்த்துப் பயந்து போயிருந்தனர். அவன் பணத்தைப் போட்டதும் அவர்கள் அவனையும் அதில் சேர்த்திருந்தனர். அவன் அவர்கள் யாருமே அடிக்காத அளவுக்குப் பேய்த்தனமாக குடு அடிப்பது அவர்களையே அச்சம் கொள்ள வைத்தது. பணத்தைக்கூடப் பொறுக்காமல் தள்ளாடியபடி ஓடி ஒழிந்தார்கள்.

இரண்டு நாட்களாக தர்மபாலா எங்கே இருந்தான் என்று அவனுக்கே தெரிந்திருக்கவில்லை. அவனுக்குச் சற்று ஞாபகங்கள் வந்தபோதும் எல்லாப் பாதையும் சுற்றி சுற்றி அவனிடமே வருவது போலவே

இருந்தது. ஒரே வீதியில் சில அடிகள் நடந்ததும் அப்படியே தலையைப் பிடித்தபடிக் கீழே குந்த வேண்டி இருந்தது. அவனால் தொடர்ச்சியாக நிற்கவோ நடக்கவோ முடியவில்லை. எவ்வளவு முயன்றாலும் சில அடிகள் நடந்ததும் தலையைச் சுற்றிக்கொண்டு வந்தது. வாழைப்பழ வாசனை எல்லாத் தெருவிலும் வருவது போல அவனை அலைக்கழித்தது. ஒரு வீதியில் வாழைப்பழ வாசனை நெருங்கி வருவது போல இருந்தது. அவன் எழும்பிய வேகத்தில் சற்று ஓடிப்போக முயன்று ஒரு இடத்தில் விழுந்தான். பழைய பழங்களை எல்லாம் அங்கே கொட்டி இருந்தார்கள். நிறைய வாழைப்பழச் சீப்புகள் அப்படியே கிடந்தன. உடலில் ஒரு கிழிந்த வேட்டியைத் தவிர அவனிடம் எதுவுமே இருக்கவில்லை. ஒரு கையில் போறவாக்கில் ஒன்றைக் கொழுவி இருந்தான். அது பாதி கிழிந்து தொங்கிக் கிடந்தது. அங்கேயே படுத்துக் கிடக்கத் தொடங்கினான். யாராவது பழங்களைக் கொண்டு வந்து கொட்டினால் அவசரஅவசரமாகக் கீழே குந்தியபடி அவைகளில் கொஞ்சம் அழுகியவை, பார்க்க அழுகாதது போல இருந்தவை என்று தேர்வு செய்வான். பின் அவைகளைக் குவித்து வைத்துவிட்டு றோட்டையே வேடிக்கை பார்த்தபடி ஒவ்வொன்றாகத் தின்பான்.

உடல் மெலிந்த போதும் தர்மபால கொஞ்சம் தெளிவான நிலைக்குச் சில மாதங்களில் வந்து விட்டான். யாராவது பழைய உடுப்புகளைக் கொடுப்பார்கள். அவன் தேர்வு செய்யும் பழங்களைச் சிலர் வாங்கவும் செய்தார்கள். அதற்கு அவன் பழங்களை நிறையத் தேர்வு செய்ய வேண்டி இருந்தது. ஒரு முப்பது பழங்களைத் தேர்வு செய்ய அவன் பல மணி நேரம் அங்கே செலவிட்டான். அவனுக்காகவே சில பழக்கடை ஊழியர்கள் சற்றுப் பயன்படும் நிலையில் இருக்கும் பழங்களை அவனிடம் போடத் தொடங்கினார்கள். ஒரு நாளில் எப்படியும் முற்றிலும் அழுகக்கூடிய பழங்களாக இருந்தாலும், தர்மபால அதைத் தீவிரமாக விற்க முனைவான். மிகவும் வறுமையிலிருக்கும் பலர் அவ்வப்போது அவன் கடையையும் நாடி வருவது வழக்கமானது. அத்தனை கடின உழைப்பையும் அவன் குடு அடிக்கவே பெரும்பாலும் பயன்படுத்தினான். பழங்களைத் தின்பதில் பாதி பசியை அவன் ஆற்றி விடுவான். ஏதாவது கடைகளில் கொடுத்தாலும் பசி இருந்தால் மட்டுமே வாங்குவான். அவனுக்கு யாரும் அவ்வளவு சுலபமாகப் பிச்சை போட முடியாது.

34

குமார லொஜுக்கு வரும்போது மணி இரண்டே முக்கால் இருக்கும். சந்திரன் இரண்டு பைகளில் இரண்டு பாசலைத் தயார் செய்து வைத்திருந்தான். ஒன்றில் ராணி காமிக்ஸ் புத்தகங்கள். மற்றொன்றில் தன்னுடைய கறுப்பு கோர்ட். அவைகளையாரிடமாவது கொடுக்க விரும்பி இருந்தான். ராணி காமிக்சை யாராவது படிப்பார்களா என்றெல்லாம் அவன் யோசிக்கவில்லை. கொடுக்க வேண்டும் என்று மட்டுமே நினைத்தான். அவன் வயசுக்கு ஒருவருமே அப்போது அங்கு இல்லை. குமாரதான் இவனைவிட வயசு கூடியவன். அவனுக்குப் படிக்கத் தெரியுமா என்றே சந்திரனுக்குச் சந்தேகம் இருந்தது. அடுத்தது கறுப்பு கோர்ட். அது பழையதாகிவிட்டது என்று தாரணி நான்கைந்து முறை தூக்கித் தனியாக வைத்திருந்தாள். அதை அங்கேயே விட்டால் யாராவது ஏதாவது துடைக்கத்தான் பயன் படுத்துவார்கள் அதை சந்திரன் விரும்பவில்லை. இரண்டு பாசலைத் தயார் செய்யும்போதே அந்த கோர்ட் குடு தர்மபாலவுக்கு என்று தெளிவாக முடிவு செய்திருந்தான். அவனுக்கு கோர்ட் இறுக்கமாக இருந்தாலும் போட வாய்ப்பு இருக்கிறது. ஆனால், ராணி காமிக்ஸ் புத்தகங்களை குடு தர்மபால என்ன செய்வான் என்று சந்திரனுக்கும் தெரியவில்லை. ஆனால் அதுவும்அவனுக்கே என்று முடிவாகி இருந்தது.

கிரிக்கெட் மாட்ச் தொடங்கி இருந்தது. அன்றைக்குப் புதிதாகக் கடைகளுக்கு வேலைக்கு வந்திருந்த இரண்டு பெடியன்கள் புதிதாக அணியில் சேர்ந்து கொண்டனர். இறுக்கமான கறுப்பு கோர்ட் போட்ட ஒரே காரணத்துக்காக குடு தர்மபால அம்பயர் ஆனான்.

கிட்டத்தட்ட நியூசிலாந்து அம்பயர் உடல் மொழியை குடு தர்மபால கொண்டிருந்தான். அவுட் சொல்வதில் மட்டுமே மிகுந்த யோசனையை வெளிக்காட்டினான். குமார எந்தப் பக்கம் பேசுகிறான் என்பதை வைத்தே அவுட் அறிவித்தான். ஐந்தாவது ஓவருக்கு பிறகு அம்பயர் வேலையைக் கீழே குந்தி இருந்தே தொடர்ந்தான். போர் என்று அறிவிக்கும்போது மட்டுமே எழும்பிக் கையை நீட்டி ஒரு ரவுண்டு சுற்றினான்.

ஒன்பதாவது ஓவரில் நான்காவது பந்தை வீசும்போது பொலிஸ் வாகனச் சத்தங்கள் கேட்டன. எல்லோரும் விக்கெற் மரப்பெட்டி களைத் தூக்கி ஓரமாகப் போட்டுக் குந்திக்கொண்டார்கள். சிலர் தூண்களோடு உறவாடி நின்றார்கள். குமார இவர்களை அழைத்து வந்து கடையின் படி ஒன்றில் நிற்க வைத்தான். எப்படியும் குடு தர்மபால ஓடிவிடலாம் என்று கணித்ததால் அவனை வளைத்து நின்று கொண்டார்கள். ஆனாலும் கூட்டத்தில் பலமான குமாரவை ஒரே தள்ளாகத் தள்ளிவிட்டு குடு தர்மபால ஓட்டம் பிடித்தான். கோர்ட் போட்டபடியே ஓடியவன் ஒரு விரலை அவுட் என்று கொஞ்ச தூரம் ஓடியதும் காட்டினான். பின் ஆளையே காணவில்லை. ராணி காமிக்ஸ் புத்தக பாசல் மட்டுமே படிக்கட்டில் யாரும் தொடாமல் கிடந்தது.

பொலிஸ் வாகனம் இவர்கள் பக்கம் வராமலே போயிருந்தது. மறுபடியும் ஆட்டம் தொடங்கும்போது குடு தர்மபாலவைத் தவிர எல்லோரும் இருந்தார்கள். சந்திரனுக்குச் சிறப்பு சலுகையாக இரண்டு ஓவர்கள் பந்து வீசப்பட்டது. மற்றவர்கள் எல்லோரும் தங்களுக்கும் இரண்டு ஓவர் கேட்கவே ஆட்டத்தில் பிரச்சினை தொடங்கியது. ‘‘சரி நாங்க போறம்’’ என்று குமார இவனை அழைத்துக் கொண்டு ரணசிங்கபுரம் போகும் வழியில் போனான். போகும்போது குடு தர்மபால இருக்கிறானா என்று சந்திரன் பார்த்தான். அங்கு எங்குமே தென்படவில்லை. ராணி காமிக்சை அவனுக்குக் கொடுக்க வேண்டும் என்று சந்திரன் பிடிவாதமாகச் சொன்னதால், ‘‘இந்தத் தூணின் அருகில் வை’’ என்றான் குமார.

அந்தத் தூணுக்கு அருகே போகும்போதுதான் சந்திரன் கவனித்தான். அதனருகில் சுவரில் பெரிய பொந்தே இருந்தது. அதில் இரண்டு சாக்கு உட்பட பல்வேறு பொருட்கள் நேர்த்தியாக அடுக்கப் பட்டிருந்தன. எப்படி இவைகளை யாருமே எடுக்கவில்லை என்று யோசனை சந்திரனுக்கு வந்து போனது. குடு தர்மபால போல அங்கு சந்திரனே ஒரு ஐந்தாறு பேரைக் கண்டிருக்கிறான். அவர்களுக்கும் இதுபோல எங்காவது பொந்துகள் இருக்கலாம். கடையில் இருக்கும்

பெரும்பாலான எல்லோரும் ரணசிங்கபுரத்தில் இருக்கும் கடையில்தான் தலைமயிர் வெட்டப் போவார்கள். பள்ளிக்கூட மாணவர்கள் போல அவர்களுக்குத் தலை அலங்காரம் செய்யப்படும் அன்றைக்கு சந்திரனுக்கும் கடைசியில்அதுதான் நடந்தது. அன்றிரவு லொஜுுக்குத் திரும்பியபோது குமார தலையை அசலாக சந்திரன் தலையில் காண முடிந்தது.

35

காலையில் குளிக்கச் சென்ற தாரணி அரைமணி நேரத்துக்கு மேலாக கொழும்பன்ரியுடன் பேசியபடி நின்றாள். அதுவரை அவளுடன் ஒருமுறைகூடப் பேசி இருக்காத இரண்டு பெண்களும் அவளுடன் வந்து பேசினார்கள். குளிக்க வந்திருப்பதையே மறந்து ஒரு கட்டத்தில் கொழும்பன்ரி அறைக் கதவோடே இருந்து பேசத் தொடங்கினாள். சந்திரன் கொஞ்ச நேரம் அந்த இடத்தில் நின்று பார்த்துவிட்டுக் கட்டிலில் வந்து படுத்துக்கொண்டான். இப்போ தெல்லாம் கொழும்பிலேயே இருப்பது அவனுக்குப் பிடித்திருந்தது. ஊரைவிட கொழும்பு பிடிக்குமா என்றால் அவன் ஒருவேளை 'ஓம்' என்று சொன்னாலும் சொல்லலாம். அவன் படிப்பை அவன் உட்பட எல்லோரும் மறந்திருந்தார்கள்.

எம். டி. குணசேனா புத்தகக் கடைக்கு முன் அபயசேகர சந்திரனுடன் வந்து நின்றிருந்தார். அவருக்கு முன்னே நின்று கடையையும் அவரையும் திரும்பி திரும்பிப் பார்த்து ஆச்சரியப்பட்டான் சந்திரன். அவன் வாழ்க்கையில் பார்த்த புத்தகக் கடை என்றால் ஊரில் இருக்கும் சனசமூகநிலைய வாசகசாலைதான். ஒரு பழமையான கட்டடத்தில் அவன் வீட்டு அறையில் பாதி அளவு அது இருக்கும். இரும்பு அலமாரி மூன்றில் புத்தகங்கள் இருக்கும். பீர்பால் கதைகள், பஞ்ச தந்திரக் கதைகள் இருக்கும். ஒருவருக்கு ஒரு புத்தகமே அனுமதி என்று கட்டுப்பாடு இருந்தது. அவன் தாரணியுடன் போகும்போது ஏதாவது ஒரு பாடம் தொடர்பான புத்தகத்தையே எடுத்துக் கொடுப்பாள். அவள் எடுத்துக் கொடுக்க விரும்பினாலும் இந்தப் புத்தகங்கள் அங்கு இருப்பதே இல்லை. ஒரு புத்தகமே

இருப்பதால் அதை யாராவது ஒருவர் முட்டிமோதி எடுத்து விடுவார்கள். கடைசிவரை அந்தப் புத்தகங்களில் ஒன்றைக்கூட சந்திரன் ஊரில் எடுக்கும் வாய்ப்பு கிடைத்திருக்கவில்லை.

அவன் ஆச்சரியம் விலகாமல் பார்த்துக்கொண்டிருக்கும்போதே கையைப் பிடித்துக் கடைக்குள்ளே அழைத்துப்போனார் அபயசேகர. மிக நேர்த்தியாகப் புத்தகங்கள் அடுக்கப்பட்டிருந்தன. சிறிய புத்தகங்கள் தனியாக மாடியை ஒட்டிய படிக்கட்டின் அருகில் இருந்தன. மாடி ஏறிச்செல்லும் படிகள் இரண்டு பக்கமும் பிரிந்து செல்ல, நடுவே இருக்கும் சுவரில் மிகப் பெரிய படம் ஒன்று வைக்கப்பட்டிருந்தது. நெசனல் போன்ற மேலாடை போட்ட ஒரு பெரியவரின் இடுப்பு வரையிலான படம் அது. அவனால் அது யார் என்று தெளிவாக உணர முடியாவிட்டாலும் அந்த முகம் பிரேமதாசா முகம் போலவே இருந்தது. அவனுக்கு அதிகம் தெரிந்த சிங்கள முகமெல்லாம் பிரேமதாசா முகமாகவே இருந்தது. அப்போது பிரேமதாசா உருவத்தைப் பல்வேறு பகுதிகளில் அவன் கண்டிருந்தான்.

தமிழ்ப் புத்தகங்கள் அந்தக் கடையில் இருந்திருக்கலாம். ஆனால் அவன் கடையை வாய் பிளந்து பார்ப்பதிலேயே கவனமாக இருந்தான். ''ஏதாவது பார்க்கிறையா'' என்று அபயசேகர தனது கரடுமுரடான குரலில் இரண்டு முறை கேட்டும் அவன் பதில் ஏதும் சொல்லியிருக்கவில்லை. அங்கு வந்து போவோரும் பெரிய இடங்களில் இருந்து வருவோர் போல இருந்தார்கள். தங்கள் இருவர் மட்டுமே அந்தக் கடைக்குச் சம்பந்தமில்லாமல் இருப்பதை சந்திரனால் விளங்கிக் கொள்ள முடிந்தது. அபயசேகர ஒரு சாண் நீள அகலமுள்ள கட்டையான புத்தகம் ஒன்றை வாங்கினார். அதை ஒரு வெள்ளை நிறப் பையில் போட்டுக் கொடுத்திருந்தார்கள். அது என்ன புத்தகம் என்றுகூட லொஜ் வந்து சேரும்வரை சந்திரன் எடுத்துப் பார்க்கவே இல்லை. லொஜ் வாசலில் வந்தபோது சந்திரனை நிறுத்தி மாலையில் சில ஆண்களும் பெண்களும்வெளியே வரும் இரும்புக் கதவைச் சுட்டிக்காட்டி, ''நாம் போன கடையின் பின்பகுதிதான் இது. கடையை மூடிய பிறகு அவர்கள்தான் இந்த வழியாக வந்து இதையும் பூட்டி செல்வார்கள்'' என்றார்.

36

முதலாளி டொல்பினை அனுப்பி இருந்தார். ஒரு பெரிய பிறவுன் கலர் பெட்டியும் இரண்டு சிறிய பெட்டிகளும் தயாராக இருந்தன. பஞ்சவர்ணமே பெட்டியைத் தூக்க முயன்றபோது விசாகப் பெருமாள் அவசரமாக ஓடி வந்து தடுத்தார். பஞ்சவர்ணத்தின் கண்கள் கலங்கி இருந்தன. டிரைவர் வந்து மெதுவாகப் பெட்டியை இழுத்து வாசல் வரை கொண்டு போனார். விசாகரும் டிரைவரும் சேர்ந்து பெட்டியைத் தூக்கி வானில் வைத்தனர். தாரணி இப்போதும் சுவரில் சாய்ந்தபடி கொழும்பன்ரியுடன் பேசியபடி நின்றாள். விசாகர் மணிக் கட்டைத் தொட்டுக்காட்டினார் கொழும்பன்ரிக்கு. ''சரி பிள்ளை நேரமாகுதெல்லோ'' என்றபடி வாசலுக்கு அழைத்து வந்தார்.

பஞ்சவர்ணம் கவுண்ட்டரில் இருந்து எழும்பி வாசலிலேயே நின்று கொண்டார். லொஜ் உள்ளே இருந்து சிலர் எட்டிப்பார்த்தபடி நின்றனர். சந்திரன் வேனின் முன் இருக்கையில் உட்கார்ந்து சில நிமிடங்கள் ஆகி இருந்தன. பொறுப்பு அவசரமாக விசாகருக்கு வாசலில் வைத்தே கை கொடுத்துவிட்டு டொப்சனை நோக்கி வேகமாக விரைந்தார். அவர் கையில் இரண்டு ஐநூறு ரூபாய்த் தாள்கள் இருந்தன. டொல்பினில் தாரணியும் விசாகரும் ஏறிய பிறகும் நீண்ட நேரம் கொழும்பன்ரியும் பஞ்சவர்ணமும் இவர்களைப் பார்த்தபடியே இருந்தார்கள். டொல்பினை டிரைவர் பின்னால் திருப்பி எடுத்தபோது அவர்களுடன் சேர்ந்து நானாவும் கைகாட்டினார்.

லொறிகளையும் கைவண்டிகளையும் கடந்து நகர்வதில் அந்தத் தெருவில் சிரமம் இருந்தது. கொஞ்சம் வேகமெடுத்துப் போக முயலும்போது யாராவது ஒரு கூலித்தொழிலாளி அவசரமாக

முதுகில் மூட்டையுடன் குறுக்கே ஓடுவார். இவற்றில் அனுபவம் இருந்ததால் நிதானமாக டிரைவர் வண்டியை ஓட்டினார். அந்த நிதானமான பயணம் ஒருவகையில் விசாகருக்கும் தாரணிக்கும்கூட மிகப்பெரிய ஆறுதலை அப்போது தந்துகொண்டிருந்தது.

சில நிமிடப் பயணத்தில் கடைவாசலில் நின்றவர்களை ஒரு கையில் சுருட்டும் கையுமாக முதலாளி கையசைத்து உள்ளே கூப்பிட்டார். புகைக்கும் அவர் மூக்குக் கண்ணாடிக்கும் இடையில் அவருடைய தடுமாற்றம் தெரிந்தது. குமாரவைக் கைகாட்டி டின் போல் ஒன்றை வாங்கி சந்திரனிடம் நீட்டினார். ஒரு நீளமான குழாய் போன்ற தகர போத்தலின் உள்ளே மூன்று டென்னிஸ் பந்துகள் இருந்தன. எவ்வளவு நாள் பழக்கம் என்றாலும்கூட விசாகர் முதலாளியுடன் பேசிய கணங்கள் மிகக் குறைவாகவே இருந்தன. இந்த நேரத்தில் அவர்களால் பேசவே முடியவில்லை. ''பத்திரமா உள்ள போய் விட்டுவிட்டு வாங்க'' என்று டிரைவரை நோக்கிக் கைகாட்டினார். மூவரும் டொல்பினுக்கு வரும்போது குமார ஏதோ வேலையாக நின்றபடிக் கைகாட்டினான். அந்த இருண்ட இடத்தில் அவனை சந்திரன் போல வேறு யாரும் அப்போது பார்த்திருக்க முடியாது. கடையில் எல்லோரும் கவலையுடன் கைகாட்டினாலும் எல்லோர் கவனமும் முதலாளி மேலும் இருந்தது.

இன்னும் சில பகுதிகளைக் கடந்து வெளியே வந்தால் மட்டுமே பெற்றாவின் முக்கியப் பாதையில் பயணிக்க முடியும் என்பதால் வான் திரும்பவும் மிக மெதுவாக நகரத்தொடங்கியது. சந்திரன் பின்னே திரும்பிக் கையை இடதுபக்க கண்ணாடியை நோக்கி தாரணிக்கு அவசரமாகக் காட்டினான். அவளுக்கு அது விளங்க வில்லை. ஆனாலும் திரும்ப திரும்ப அவன் அங்கே திரும்பிக் கையை காட்டினான். விசாகர் திரும்பி தாரணி காதருகே ஏதோ சொன்னார். தாரணி இப்போது முகம் மலர்ந்து பார்த்தபோது சந்திரனின் கறுப்பு கோர்ட்டை இறுக்கமாக அணிந்தபடி குடு தர்மபால 'தாயாய் தாயாய் மாத்தையா பத்து ரோபா' என்று ஆக்ரோசமாகச் சத்தம் எழுப்பியபடி நின்றிருந்தான். பெற்றாவில் அந்த நேரத்தில் முழு உற்சாகமாகத் தொழில் செய்தபடி நிற்பது குடு தர்மபாலவாகவே மட்டுமே இருந்தது.

சில நிமிடப் பயணத்தின் பின் பெற்றாவின் முக்கிய வீதிக்கு வந்த அவர்களின் வெள்ளை டொல்பின் கட்டுநாயக்கா நோக்கி விரைந்தது. பெற்றாவின் அத்தனை வாசமும் அவர்களிடம் இருந்து பரிபூரணமாகப் பிரிந்தது.

37

நாங்கள் பிரிந்து விட்டோம்
எமது நிலத்தை, எமது பூர்வீகத்தை
எமது பொறுமையை, எமது மௌனத்தை.

-எஸ். போஸ்

பயங்கரவாதத் தடுப்புச் சட்டம் சங்கர் மேல் பதிவாகி இருந்ததால், கொழும்பன்ரியின் மகனை வைத்திருக்கும் சிறைக்கே சங்கரை இரண்டு நாட்களுக்கு முன் மாற்றி இருந்தார்கள்.

சங்கரின் முன்னே கொழும்பன்ரியின் மகன் உடைகள் களையப்பட்டு நின்றிருந்தான். அவனை நன்றாகப் பார்க்குமாறு சங்கரின் தலையில் அடித்தபடி இருந்தான் ஒரு தடித்த முகத்தைக் கொண்ட இராணுவத்தான். இவனை இருத்தி இருந்த கதிரைக்கு மூன்று அடி இடைவெளியில் நின்ற அந்த உடலின் தலையை அண்ணாந்து அண்ணாந்து பார்த்தான். இருண்டிருந்த அந்த முகத்தில் எந்தச் சலனமும் இல்லை. மணி எப்படியும் இரவு பன்னிரண்டைக் கடந்திருக்கும். மழைச் சத்தம் கேட்டது. இதற்குமுன் கொழும் பன்ரியின் மகனை சங்கர் பார்த்திருக்கவில்லை. கொழும்பன்ரி தனது மகனின் பெயரைஒருநாளும் கூறவும் இல்லை. அதைப் பற்றி யோசிக்கவும் அந்தச் சூழல் இடம் கொடுக்காது.

இவனுக்குப் பின் நின்ற இராணுவத்தான் ஒரு கதிரையை எடுத்து இவர்களுக்கு நடுவே போட்டுக்கொண்டான். இரண்டு பேர்

கொழும்பன்ரியின் மகனுக்கு முன் ஒரு மேசையைக் கொண்டு வந்து போட்டு அவனை அதில் குனியுமாறு சாய்த்து, தலை முடியை அள்ளி, இவன் முகத்துக்கு நேரே பார்க்குமாறு பிடித்துக் கொண்டார்கள். இரண்டும் மூன்று பேர் உள்ளே வரும் காலடி ஓசைகள் கேட்டன. அந்த மிகக்குறைந்த மின் ஒளியில் முகங்களைப் பார்க்க வாய்ப்பு குறைவாகவே இருந்தது.

ஒருவன் வாடிய தாமரைப்பூ ஒன்றை இவர்களின் நடுவே இருந்த மேசையில் போட்டான். அது புத்தனுக்கு வைக்கப்பட்டு வாடிய தாகவும் இருக்கலாம். சங்கர் எப்போதோ ஒருநாள் அது போன்ற தாமரைப்பூவை ஒரு புத்த கோவிலில் கண்டிருந்தான். இப்போது மேசையின் அசைவும் கொழும்பன்ரியின் மகன் வாயில் இருந்து வடியும் எச்சிலும் ஒரு சேர நிகழ்ந்தன. இவன் முகத்தைச் சிரிப்புடன் பார்த்த இராணுவத்தான், ''அவன் கொட்டியா இல்லை பறத்தமிழன். நீ கொட்டியாவா பறத்தமிழனா?'' என்றான். எல்லோரும் சிரித்தார்கள். அறை அதிர்ந்தது. கண்வழி உயிர் பிரிவது போலத் தன்முன் ஒரு உடல் துடிப்பதைச் சாகாமல் பார்த்தபடி இருந்தான் சங்கர். அந்த உடலில் பதற்றம் என்பது செத்துப்போய்ச் சில நிமிடங்கள் ஆகி இருந்தன. கண்கள் மேல் நோக்கி இருந்தது.

காலையில் அம்மாவைப் பார்க்க இருந்த எண்ணமெல்லாம் சிதைந்துபோய் இருந்தது. கால்களில் இரத்தம் வடிய சடலமாக இழுத்தபடிப் போன உடல் யாருடையது என்று வந்த பயத்தை விட, அதுதன்னுடையது போலவே சங்கருக்கு இருந்தது. எதிலிருந்து அம்மாவிடம் சொல்வது. முதலில் இதைத்தான் சொல்ல வேண்டுமா. இதை எப்படி அழுது கொண்டிருக்கும் அம்மாவிடம் சொல்வது. அறை முழுவதும் இரத்த வாடை மயக்கம் கொள்ள வைத்தது.

★

தனி அறையில் இருந்த கொழும்பன்ரியின் அறையில் ஒரு கிழமைக்கு முன் வந்து இணைந்து கொண்டார் சங்கரின் அம்மா. யாருடனும் சேராமல் விலகி இருக்கத்தொடங்கிய கொழும்பன்ரி, பஞ்சவர்ணத்தின் மேலான மரியாதையில் சங்கரின் அம்மாவை அறையில் சேர்த்துக்கொண்டார். இரவுகளில் தொடர்ந்து கனவு கண்டு எழும்பி அழுதபடி இருந்த சங்கரின் அம்மாவுக்கு எப்படி ஆறுதல் சொல்வதென்ற பிரச்சினை தொடர்ந்து இருந்தது. பல்வேறு முயற்சிகளின் பின் சங்கரைப் பார்க்க அனுமதி கிடைத்திருந்தது.

''எல்லாப் பிள்ளையளுக்கும் இடியப்பம் பிடிக்கும்'' என்றபடி சங்கருக்கும் அன்று இடியப்பமும் சொதியும் வைத்தார்

கொழும்பன்ரி. மகனை எப்படிப் பார்க்கப் போகிறோம், எப்படி இப்போது இருப்பான் என்ற பதற்றத்தில் சங்கரின் அம்மா ஆழ்ந்திருந்தாள். தாரணி கொடுத்த கடிதம் மணி பர்சில் பத்திரமாக இருக்கிறதா என்று இடைக்கிடை பார்த்தார் கொழும்பன்ரி. ஏதோ ஒரு சந்தோசம் பூத்திருந்தது முகத்தில். யாரிடமும் வெளிக் காட்டாமல் மகன் முகத்தில் வரும் சந்தோசத்தைப் பார்க்க விரும்பியது மனது. என்ர மகன் வாழ்க்கை மாறும் என்று சொல்லிக் கொண்டார். மேலே சுழலும் மின்விசிறியில் கனவுகள் சுழன்றன. கண்களில் நிரம்பிய கண்ணீர் கண்களிலேயே தேங்கி நின்றது.

சங்கரின் அம்மாவை வெளிக்கிட வைப்பது கஸ்டமாக இருந்தது. அவர் ஒன்றும் தெரியாத சங்கரைப் போலவேதான் நடந்து கொண்டார். சாப்பாட்டுப் பைகளை ஒரு கையிலும் சங்கரின் அம்மாவை ஒருகையிலும் பிடித்தபடி பெற்றா வீதியில் இறங்கினார் கொழும்பன்ரி. அந்த வீதியில் அவர்களுக்கு வழி விடுவது போலத் தொழிலாளர்கள் விலகி விலகிப் போய்க்கொண்டிருந்தார்கள். இருவரிடமும் ஏதோ ஒரு கதை இருந்தது மகன்களிடம் பகிர்ந்து கொள்ள. அம்மாக்களுக்கும் மகன்களுக்குமான கதைகள் முடிவ தில்லை. தாய் மண்ணுக்கும் அதன் போராளிகளுக்குமான கதைகள் போல.

www.ingramcontent.com/pod-product-compliance
Lightning Source LLC
LaVergne TN
LVHW100337051026
849518LV00003B/816
9788184939477